உலகம் உன் வசம்!

சோம. வள்ளியப்பன்

பங்குச்சந்தை வர்த்தகம், சுயமுன்னேற்றம், நிர்வாக வியல், மனித வள மேம்பாடு உள்ளிட்ட துறைகளில் பல புகழ்பெற்ற நூல்களை எழுதியவர் சோம. வள்ளியப்பன். துறை சார்ந்த செழிப்பான அனுபவமும் நிபுணத்துவமும் கொண்டிருக்கும் இவர் தொலைக்காட்சி மற்றும் பத்திரிகைத்துறை ஊடகங்களில் தொடர்ந்து இயங்கி வருகிறார்.

பங்குச்சந்தை பற்றிய இவருடைய அள்ள அள்ளப் பணம் நூல்கள்(வரிசை 1-5),வெளிவந்த காலம் தொட்டு இன்று வரை தொடர்ந்து விற்பனையில் சாதனை படைத்து வருகின்றன.

ஆசிரியரின் பிற நூல்கள்

பங்குச்சந்தை

1. அள்ள அள்ளப் பணம் 1 - *பங்குச்சந்தை: அடிப்படைகள்*

2. அள்ள அள்ளப் பணம் 2 - *பங்குச்சந்தை: அனாலிசிஸ்*

3. அள்ள அள்ளப் பணம் 3 - *பங்குச்சந்தை: ஃபியூச்சர்ஸ் அண்ட் ஆப்ஷன்ஸ்*

4. அள்ள அள்ளப் பணம் 4 - *பங்குச்சந்தை: போர்ட்ஃபோலியோ முதலீடுகள்*

5. அள்ள அள்ளப் பணம் 5 - *பங்குச்சந்தை: டி ரேடிங்*

வியாபாரம்

1. நம்பர் 1 சேல்ஸ்மேன் (சிறந்த விற்பனையாளர் ஆவது எப்படி?)

2. பணமே ஓடி வா!

3. பணம் - சந்தேகங்கள், விளக்கங்கள் (FAQs)

நிர்வாகம்

1. ஆளப்பிறந்தவர் நீங்கள் (தலைமைப் பண்புகள்)

2. காலம் உங்கள் காலடியில் (நேர நிர்வாகம்)

3. யார் நீ? (பர்சனாலிட்டி)

4. உலகம் உன் வசம் (கம்யூனிகேஷன்)

5. உறுதி மட்டுமே வேண்டும் (கமிட்மென்ட்)

6. உறவுகள் மேம்பட (Secrets of Managing People)

7. சிறந்த நிர்வாகி ஆவது எப்படி?

8. தங்கத் துகள்கள் (காலம் உங்கள் காலடியில் - 2)

சுயமுன்னேற்றம்

1. இட்லியாக இருங்கள் (எமோஷனல் இண்டலிஜென்ஸ்)

2. டீன் தரிகிட (பதின் பருவத்தினருக்கு)

3. அதிகாரம் அல்ல, அன்பு (சுயமுன்னேற்றக் கட்டுரைகள்)

4. மன அழுத்தம் விரட்டலாமா (மாணவர்களுக்கு - யுனெஸ்கோவுக்காக)

5. உஷார் உள்ளே பார் (மனமும் சக்தியும்)

6. ஆல் தி பெஸ்ட் ! (நேர்முகங்களில் வெற்றி பெறுவது எப்படி?)

7. தள்ளு (மோட்டிவேஷன்)

8. சின்னத் தூண்டில் பெரிய மீன்

9. சிறு துளி பெரும் பணம்

10. சொல்லாததையும் செய்!

உறவுகள்

1. காதலில் இருந்து திருமணம் வரை

2. அப்பா மகன் - நெருக்கமும் நெருடல்களும்

உலகம் உன் வசம்!

சோம. வள்ளியப்பன்

உலகம் உன் வசம்!
Ulagam Un Vasam!
by *Soma. Valliappan* ©

First Edition: November 2006
96 Pages
Printed in India.

ISBN 978-81-8368-199-5
Title No. Kizhakku 179

Kizhakku Pathippagam
177/103, First Floor,
Ambal's Building, Lloyds Road,
Royapettah, Chennai 600 014.
Ph: +91-44-4200-9603

Email : support@nhm.in
Website : www.nhm.in

Author's Email: baluvalliappan1@yahoo.co.in
                baluvalliappan5@gmail.com

Author's Website : www.writersomavalliappan.com

Printed in India by Repro Knowledgecast Limited, Thane

Kizhakku Pathippagam is an imprint of New Horizon Media Private Limited

எந்த இடத்தில் எதைச் சொல்லவேண்டும்
என்பதில் உள்ள தெளிவு,
எந்த இடத்தில் எதைச் சொல்லக் கூடாது
என்பதிலும் இருக்க வேண்டும்.

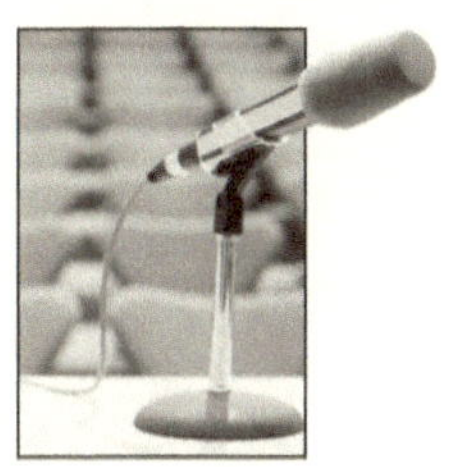

1. பேசலாம்!

ஓர் ஆராய்ச்சி நடந்தது.

மொத்தம் மூன்று நாய்க் குட்டிகளைக் கொண்டு வந் தார்கள். மூன்று குட்டிகளையும் வெவ்வேறு தொட்டில் களில் படுக்க வைத்தார்கள். தொட்டிலுக்குள், குட்டி களைப் படுக்க வைத்துவிட்டு மூடிவிட முடியும்.

காற்று உள்ளே போவதற்குதனிக் குழாய் உண்டு. மேலும் இரண்டு குழாய்கள் ஒன்று உணவுக்காகவும், மற்றொன்று தண்ணீருக்காகவும் பொருத்தப்பட்டிருந்தன.

ஆராய்ச்சி இதுதான்! தொட்டிலுக்குள் நாய்க் குட்டி களைப் படுக்க வைத்துவிட்டு, தொட்டிலை மூடிவிட வேண்டும். வேளாவேளைக்கு தண்ணீர், சாப்பாடு கொடுத்துவிட வேண்டும். தண்ணீர், காற்று, உணவு. இவை தவிர நாய்க் குட்டிகளுக்கு வேறு ஏதாவது தேவைப்படுமா? இதைத்தான் அவர்கள் கண்டுபிடிக்க விரும்பினார்கள். ஆராய்ச்சியின் முடிவு அவர்களை அதிர்ச்சி கொள்ளச் செய்தது.

முதலில் ஆராய்ச்சி விவரங்கள். முடிவு பிறகு!

நாய்க்குட்டிகள் படுத்திருக்கும் மூன்று தொட்டில் களையும், மூன்று குழுக்களிடையே வைத்தார்கள். மூவரும் என்ன செய்ய வேண்டும் என்று விளக்கினார்கள்.

முதல் குழுவுக்கான கட்டளை இது:

'எப்பொழுது வேண்டுமானாலும் தொட்டிலின் மூடியைத் திறந்து, நாய்க் குட்டியை வெளியே தூக்கி தடவிக் கொடுக்கலாம், மெலிதாக வருடி விடலாம், ஆசை தீரக் கொஞ்சலாம். முடிந்தபின், மீண்டும் குட்டியைத் தொட்டிலுக்குள் மூடிவிட வேண்டும். இரண்டு மணி நேரத்துக்கு ஒரு முறை இப்படிச் செய்ய வேண்டும்.'

இரண்டாவது குழுவினருக்கான கட்டளை இது:

'நீங்களும் முதல் குழுவினர் செய்தது போலவே தொட்டிலைத் திறக்க வேண்டும். ஆனால், குட்டியைத் தூக்கவோ கொஞ்சவோ கூடாது. மாறாக ஒவ் வொரு முறையும், நாய்க்குட்டியை லேசாகத் துன்புறுத்த வேண்டும், அடிக்கவேண்டும்!'

நம்மிடம் என்ன சொல்லப் போகிறார்களோ என்று மூன்றாவது குழுவினர் ஆர்வமாகி விட்டார்கள். அவர்களுக்கான கட்டளை இதுதான்:

'மறந்தும்கூட, தொட்டிலின் மூடியைத் திறந்து விடாதீர்கள்!'

அவர்களுக்குப் புரியவில்லை.

'தொட்டிலைத் திறக்காமல் நாய்க்குட்டியை எதுவும் செய்ய முடியாதே!'

'எதுவும் செய்யக் கூடாது என்பதுதான் நோக்கமே. ஆராய்ச்சி நடக்கும் சில நாள்கள் வரை அந்தத் தொட்டிலைத் திறக்கவே கூடாது. அந்த நாய்க்குட்டிக்கு, யாரிடமும் எந்தத் தொடர்பும் இருக்கக் கூடாது.'

சில நாள்கள் கழிந்தன. ஆராய்ச்சியின் முடிவைத் தெரிந்துகொள்ள வேண்டிய நாள் வந்தது.

முதல் தொட்டிலைத் திறந்தார்கள்.

வெளியே வந்த நாய் ஆரோக்கியமாக இருந்தது. மகிழ்ச்சியுடன் வாலை ஆட்டிக்கொண்டிருந்தது.

இரண்டாவது தொட்டிலைத் திறந்தார்கள்.

அதில் இருந்த நாய்க்குட்டியின் கண்களில் கொஞ்சம் பயம், கொஞ்சம் வன்மம் தெரிந்தது. தொட்டிலின் மூடி திறக்கப்படுகிறது என்று தெரிந்ததும், உள்ளே கொஞ்சம் பதுங்கிவிட்டு பிறகு திடீரென்று மூடியைத் திறந்தவரின் கையைக் கடிக்க முயன்றது.

காரணங்கள் வெளிப்படை.

நிறைய அன்பைச் செலுத்தியதால், முதல் தொட்டில் நாய்க்குட்டி ஆரோக்கிய மாகவும் உற்சாகத்துடனும் இருந்தது.

நிறைய துன்பங்களைச் சந்தித்த இரண்டாவது நாய்க்குட்டிக்கு, பயமும் கோபமும் நிறையச் சேர்ந்திருந்தன. அதனால்தான் ஆராய்ச்சியாளரின் கையைக் கடிக்க முயன்றது.

அடுத்து, மூன்றாவது தொட்டிலை நெருங்கினார்கள்.

அனைவருக்கும், இந்த நாய்க்குட்டியைப் பார்க்கவேண்டும் போல் இருந்தது. ஏனென்றால், அவர்கள் அந்தக் குட்டியை நீண்ட நாள்களுக்குப் பார்க்க வில்லை. அது எப்படி இருக்கும் என்று ஒருவருக்குமே தெரியாது. மகிழ்ச்சி யாகவா? சோகமாகவா?

மிகுந்த ஆர்வத்துடன் தொட்டிலைத் திறந்தார்கள்.

உள்ளே, அந்த நாய் செத்துக்கிடந்தது.

ஆராய்ச்சியாளர்களுக்கு அதிர்ச்சி! இதே ஆராய்ச்சியை வேறு நாய்க்குட்டி களை வைத்தும் செய்து பார்த்தார்கள்.

முடிவுகள் மாறுபடவில்லை. மூன்றாவது தொட்டிலில் வைக்கப்பட்ட நாய்க் குட்டிகள் அனைத்தும் செத்துப்போயின. நாய்க்குட்டிக்குப் பதிலாக பூனைக் குட்டிகளையும் பயன்படுத்திப் பார்த்தார்கள். அதே முடிவுதான்!

மற்ற இரண்டு நாய்க்குட்டிகளுக்குக் கிடைத்த அதே ஆகாரம்தான் இதற்கும் கிடைத்தது. எனில், இந்தக் குட்டி ஏன் இறந்தது?

மூடிய தொட்டில் மூடியபடியே இருந்ததுதான் இதற்குக் காரணம்.

அந்தப் பரிதாபகரமான குட்டி - யாரையும் பார்க்கவில்லை, யாருடனும் பேசவில்லை, உறவாடவில்லை. அதனால் இறந்துவிட்டது.

ஆக, தொடர்பு கொள்வது மிக மிக முக்கியமானது என்பது தெரியவருகிறது. இல்லையா?

சரி. நாய்க்குட்டிகளை வைத்து செய்த ஆராய்ச்சிக்கும் நமக்கும் என்ன சம்பந்தம்?

ஒரு விஷயம். அனாதை இல்லங்களில் குழந்தைகளின் இறப்பு விகிதம் அதிகம்!

•

குழந்தைகள் முதல் பெரியவர்கள் வரை அத்தனை பேருக்குமே தகவல் பரிமாற்றம் இன்றியமையாதது. இது ஒரு தேவை மட்டுமல்ல. மனிதர்களின் உயிர் நாடியும்கூட.

நம்ம ஊரில் பிரபல ஓவியர் ஒருவர், ஆஸ்திரேலியாவில் இருக்கும் தமது மகன் வீட்டுக்குப் போனார். பிரம்மாண்டமான நாடு. பெரிய வீடு. தேவைப் படும் அத்தனை வசதிகளும் கிடைக்கும். ஆனால், சில நாள்களிலேயே அவர் தம் மகனிடம் நச்சரிக்க ஆரம்பித்துவிட்டார்.

'நான், திரும்ப ஊருக்குப் போறேன்பா.'

மகனுக்குப் புரியவில்லை.

'அதுக்குள்ள என்னப்பா அவசரம்?'

'இல்லைப்பா. எனக்கென்னவோ ஊருக்குப் போகணும் போல இருக்கு.'

'வேளாவேளைக்கு நல்ல சாப்பாடு. உங்களுக்குன்னு தனி ரூம். கம்ப்யூட்டர், இன்டர்நெட், ஏசி - இப்படி சகல சௌகரியங்களும் இங்கே இருக்கு. இதை எல்லாத்தையும் விட்டுட்டு, ஊருக்குப் போகணும்ன்னு ஏன் சொல்றீங்க?'

அவர் பிரச்னை என்னவென்று பிறகுதான் மகனுக்குப் புரிந்தது.

பேசுவதற்கு ஆள் இல்லை. வீடு, ஏசி, கார் எல்லாம் இருந்து என்ன பிரயோ ஜனம்? மனம் விட்டுப் பேச யாரும் இல்லை.

ஏரோப்ளேன் பிடித்து இந்தியா வந்து, ஏர்போர்ட்டிலிருந்து பஸ் பிடித்து, அந்தக் கூட்டத்தில் வியர்வை பொங்க வீட்டுக்கு வந்து சேர்ந்தவுடன்தான், அவருக்கு உயிரே வந்தது.

●

மனிதனுடைய அடிப்படைத் தேவைகள் என்ன?

உணவு, உடை, வீடு. பொதுவாக இந்த மூன்றையும்தான் சொல்வார்கள். நான் காவதாக ஒரு தேவை இருக்கிறது. அது - பேசுவதும் கேட்பதும். அதாவது, தொடர்பு கொள்ளுதல்.

மேலாண்மை, நிர்வாகவியல் படிப்பவர்களுக்கு பாடத்திட்டத்தில் கம்யூனி கேஷனை முக்கியப் பாடமாக வைத்திருக்கிறார்கள்.

கம்யூனிகேஷன் என்ற ஆங்கில வார்த்தையின் மூலம், லத்தீன் வார்த்தையான கம்யூனிஸ் (Communis) என்பதிலிருந்து வந்த ஒன்று. அதன் பொருள், பொதுவில் பகிர்வது. வெகுகாலமாக புழக்கத்தில் இருக்கும் இந்த ஆங்கில 'கம்யூனிகேஷன்' என்ற வார்த்தைக்கு, 'தகவல் பரிமாற்றம்' என்று தமிழில் சொல்கிறார்கள்.

ஆனால் 'தகவல் பரிமாற்றம்' என்பது, கம்யூனிகேஷன் என்ற வார்த்தையின் முழுப் பொருளைச் சொல்லவில்லை. காரணம் - 'கம்யூனிகேஷன்' என்பது தகவல்களைப் பரிமாறிக் கொள்வது மட்டுமல்ல; அது இன்னும் வேறு பலவற்றையும் பரிமாறிக் கொள்வது.

●

சதீஷ் தவான் - இந்திய விண்வெளி ஆராய்ச்சி மையத்தின் தலைவராக இருந்தவர். அவர் தலைவராக இருந்த பொழுது, தற்போதைய குடியரசுத் தலைவர் அப்துல் கலாம், அவருக்குக் கீழ் ஒரு விஞ்ஞானியாகப் பணி யாற்றினார்.

அப்துல் கலாம் ஒரு குழுவுக்குத் தலைவர். அந்தக் குழு SLV3 என்கிற சேட்டிலைட்டை, விண்ணுக்கு ஏவுகணை மூலம் செலுத்த வேண்டிய குழு. பல மாதங்கள் கடுமையாக உழைத்து, விண்ணில் ஏவத் தயாரானார்கள். மிகப்பெரிய எதிர்பார்ப்பு. ஸ்ரீஹரிகோட்டாவில் பத்திரிகையாளர்கள்

கூட்டம். ஏவுகணையைப் பறக்கவிட்ட கையோடு, வெள்ளைக் கோட்டு கசுடன் விஞ்ஞானிகள் பேட்டி கொடுப்பது வழக்கம்.

ஏவப்பட்ட ஏவுகணை பாதியில் தடுமாறி, பூமியில் விழுந்து நொறுங்கியது. பத்திரிகையாளர் கூட்டம். ஓடிவந்தார் சத்தீஷ் தவான். அப்துல் காலாமை உட்காரச் சொல்லிவிட்டு, தான் மைக்கை எடுத்துகொண்டார். தோல்வி பற்றி தானே விளக்கம் அளித்தார். அடுத்த முறை அவர்கள் வெல்வது உறுதி என்றார். கூட்டம் கலைந்தது.

சில மாதங்கள் ஓடின. அப்துல் கலாமின் தலைமையிலான அதே குழுவின் முயற்சியால் வெற்றிகரமாக விண்ணில் செலுத்தப்பட்டது SLV3. இப்போதும் ஒரு பத்திரிகையாளர் கூட்டம்.

சத்தீஷ் தவான் பேட்டி கொடுக்குமிடத்துக்குப் போகவில்லை. அப்துல் கலாமை அனுப்பி வைத்தார். வெற்றி பற்றி பேச வைத்தார்.

'முன்பு நாம் தோல்வி அடைந்தோம். அதற்கு நான்(னும்) பொறுப்பு. அதனால் அப்போது நான் பேட்டி கொடுத்தேன். இந்த முறை கிடைத்திருப்பது வெற்றி. அதற்கு நீ பெருமை எடுத்துக்கொள். அங்கே நான் வரவில்லை.'

இப்படி சதீஷ் தவான் வார்த்தைகளாக சொல்லவில்லை. நடந்து காட்டினார்.

இதுவும் கம்யூனிகேஷன்தான். செயல்மூலம் செய்து காட்டும் கம்யூனி கேஷன்.

●

நாமக்கல் கவிஞர் ராமலிங்கத்தின் கதையைக் கேள்விப்பட்டிருக்கிறீர்களா?

திருமணமாகி பதினைந்து வருஷங்கள் ஆகியும் அவருக்குக் குழந்தை இல்லை. அவர் மனைவிக்கு வருத்தம். கணவரை இன்னொரு கல்யாணம் செய்துகொள்ளச் சொல்கிறார். ராமலிங்கம் பிள்ளை மறுத்து விடுகிறார். மனைவி விடுவதாக இல்லை. தொடர்ந்து ஒரே நச்சரிப்பு.

'குழந்தை பிறக்காவிட்டால் என்ன? நாமிருவருமாக சந்தோஷமாகத்தானே இருக்கிறோம்!' என்கிறார்.

'நீங்கள் என் தங்கையைக் கட்டிக்கொள்ளுங்கள். ஒன்றாகவே வாழலாம்!' என்கிறார் மனைவி.

ராமலிங்கம் தொடர்ந்து மறுக்கிறார்.

ஒரு நாள் ஏதோ யோசனையில் இப்படிச் சொல்லிவிடுகிறார்: 'நீ இருக்கும் பொழுது எப்படி இன்னொரு கல்யாணம் செய்துகொள்வது?'

அவர் இப்படிச் சொன்ன அதே நாள், அவர் மனைவி இறந்துபோனார்!

'நீ இருக்கும்பொழுது, எப்படி இன்னொருவர்?' என்ற வாக்கியம் செய்த வேலையா இது!

●

அன்பு, பாசம், நேசம் - இவை எல்லாமே அத்தியாவசியமான உணர்வுகள். இவற்றை நாம் வெளிப்படுத்தியே ஆகவேண்டும்.

இந்த உணர்வுகள் கிடைக்காமல் போனால், என்ன ஆகும் என்பதை அந்த மூன்றாவது நாய்க்குட்டியின் கதை நமக்குத் தெரிவித்துவிட்டது.

பேசுவது கேட்பது தவிர, விதவிதமாக 'தெரிவிக்கவும்' செய்கிறோம்.

★ தகவல் தெரிவிக்க,

★ உணர்வுகளைப் பகிர்ந்துகொள்ள,

★ உத்தரவுகள் கொடுக்க,

★ ஊக்குவிக்க,

★ கூடிக் களிக்க,

★ திறமை காட்ட,

★ விசாரிக்க.

வாழ்க்கையில் வெற்றிபெற, சரியான 'கம்யூனிகேஷன்' திறன் இருப்பது மிகவும் முக்கியம். கம்யூனிகேஷனில் இரண்டு பகுதிகள் இருக்கிறது என்று பார்த்தோம். தெரிவிப்பது மற்றும் தெரிந்துகொள்வது. இவை இரண்டிலும் திறன் பெற்றிருப்பது, தோல்விகளைத் தவிர்க்கவும் வெற்றிகளைக் குவிக் கவும் உதவும்.

2006-ம் ஆண்டு ஆகஸ்ட் மாதம், போப் ஆண்டவரே மன்னிப்பு கேட்கும்படி ஆன நிகழ்வு தெரிந்திருக்கலாம். காரணம், அவர் பேசிய சில சொற்கள். இஸ்லாம் மதத்தினரின் மனம் புண்படும்படியாகத் தாம் பேசியதற்கு, அவர் பகிரங்கமாக மன்னிப்புக் கேட்க வேண்டி வந்தது.

எல்லோருக்கும் இது நிகழ்கிறது.

யோசிக்காமல் எதையாவது பேச, அது பிரச்னையாகிவிடுகிறது.

பேசியதே தவறாக இருக்கலாம் அல்லது புரிந்து கொள்ளப்படுவது தவறாக இருக்கலாம். இதேபோல முன்பு, திருமணத்துக்கு முன் உறவு வைத்துக் கொள்வது பற்றி கருத்து சொல்லி, நடிகை குஷ்பு ஒரு பிரச்னையில் சிக்கினார். சிலருக்கு, தாங்கள் என்ன சொன்னோம் என்பதையே பல நாள்கள், பலமுறை விளக்க வேண்டிய கட்டாயங்கள் ஏற்பட்டுவிடும். பயன்படுத்திய வார்த்தைகள் ஏற்படுத்தும் பிரச்னை.

நாம் சற்று மேலே பார்த்த ராமலிங்கம் பிள்ளை, என்ன நினைத்து நீ இருக்கும் பொழுது எப்படி இன்னொரு திருமணம் செய்துகொள்வது என்று சொன்னாரோ! ஆனால், அவருடைய மனைவி அதனை ஏதோ ஒரு குறிப்பிட்டவிதமாகப் புரிந்துகொண்டதால்தான், அவ்வளவு தீவிரமான முடிவு ஏற்பட்டது.

வார்த்தைகளைப் பயன்படுத்தும்பொழுது கவனமாக இருக்க வேண்டும்.

●

1977-ம் வருஷம். கேனரி தீவுகள். KLM போயிங் 747 என்ற விமானம், மற்றொரு விமானத்தினை ஓடுகளத்திலேயே மோதி, 583 நபர்களைக் கொன்று குவித்தது. காரணம் - 'இடதுபக்கம் பிரச்னை. வலது பக்கம் திரும்ப வேண்டும்' என்று கட்டுப்பாட்டு அறையில் இருந்து சொல்லப்பட்டதை, 'இடது பக்கம் திரும்பு!' என்று அரைகுறையாகக் கேட்டுக்கொண்டு அல்லது தவறாகப் புரிந்துகொண்டு பைலட் செய்த வேலை.

கண்ட்ரோல் அறையில் இருந்தவர் ஸ்பானிஷ்காரர். விமானம் ஓட்டிய பைலட் ஆங்கிலேயர். இருவரும் பேசிக்கொண்ட மொழி ஆங்கிலம்தான். ஆனால், உச்சரிப்பால் வந்த பிரச்னை இது. தவறான புரிதல் காரணமாகக் கொடுக்கப்பட்ட விலை, 583 உயிர்கள்.

அம்பிகாபதி - அமராவதி காதல் தெரியும். 'என் மகள் அமராவதி மீதா ஆசைப்பட்டாய்? உனக்கு என்ன தண்டனை தருகிறேன் பார்!' என்று கம்பருடைய மகன் அம்பிகாபதியைப் பார்த்துக் கோபப்படுகிறான் மன்னன். அமராவதியைப் பெற்றவன். கம்பனுடைய மகன் என்பதால் பின்பு சமாதானமாகி, 'சரி. நீ பெண்ணைப் பற்றி பாடாமல் ஒரு ஆயிரம் பாடல் களைப் பாடிவிடு பார்ப்போம். அதன் பிறகு உனக்கு - மரண தண்டனையில் இருந்து விடுதலை மட்டுமல்ல, நீ விரும்பியபடி என் மகளையும் உனக்கே கட்டித் தருகிறேன்!' என்கிறான்.

சபை கூடுகிறது. மன்னன், மன்னன் மகள், மற்றவர்கள், கம்பன், அம்பிகாபதி என அனைவரும் அங்கே இருக்கிறார்கள். அம்பிகாபதி பாடுகிறான். அற்புத மான பாடல்கள். அனைவருமே ரசிக்கிறார்கள். ஒவ்வொரு பாடலுக்கும், ஒவ் வொரு பூவாக எடுத்து கணக்கு வைத்துக்கொள்கிறான் அம்பிகாபதி. ஆயிரத்தினை நெருங்கிவிட்டான். ஒரு பாட்டில்கூட பெண் வாசனை வர வில்லை. அங்கே கூடியிருந்தவர்களிடம் மெல்ல மெல்ல பதைபதைப்பு கூடுகிறது.

ஆயிரமாவது பாடல்! 'இட்ட அடி நோக, எடுத்த அடி கொப்பளிக்க, வட்டில் சுமந்த மருங்கசைய, கொட்டிக் கிழங்கோ கிழங்கென்று கூவுவார் நாவில் வளையோசை...' என்று பெண்ணைப் பற்றிப் பாடுகிறான் அம்பிகாபதி.

அனைவருக்கும் அதிர்ச்சி! எல்லாரையும்விட கவிச் சக்கரவர்த்தி கம்பனுக்கு! 'என்ன ஆயிற்று நம் மகனுக்கு! 999 பாடல்கள் ஒழுங்காகப் பாடியவன், இவ்வளவு தூரம் வந்தபிறகு 1000-வது பாடலில் போய் இப்படிப் பாடி, கெடுத்துக்கொண்டு விட்டானே!' என்று தலையில் கைவைத்துக் கொள்கிறார்.

அம்பிகாபதி ஏன் அப்படிச் செய்தான்? வேண்டுமென்றா? இல்லவே இல்லை. அவன் கணக்கு சரிதான். அந்த 'இட்ட அடி நோக' பாடல், அவன் பாடிய 1000-வது பாடல்தான். ஆனால் அங்கே மரபுப்படி, முதல் பாடல் விநாயகருக்கு (இறைவனுக்கு - இறைவணக்கப் பாடல்)! அதையும் அவன்

சரியாகத்தான் பாடினான். ஆனால் அது 1000 என்ற கணக்கில் வராது என்பது அவனுக்குத் தெரிந்திருக்கவில்லை.

'அடப்பாவமே! எவ்வளவு பெரிய கம்யூனிகேஷன் கேப்? என்ன விலை அதற்குக் கொடுக்க வேண்டி இருந்திருக்கிறது!'

●

'வாய் புளித்ததோ மாங்காய் புளித்ததோ' என்று வாய்க்கு வந்தபடி எவரையும் பேசிவிட முடியாது.

'பேசிய வார்த்தைகள் நமக்கு எஜமானன்; பேசாத வார்த்தைகளுக்கு நாம் எஜமானன்!' என்று, நாம் பேசிய வார்த்தைகள் நம்மையே எப்படி பாதிக்கும் என்று அழுத்தமாகச் சொல்லியிருக்கிறார்கள்.

'கொட்டிய வார்த்தைகளை அள்ள முடியாது' என்ற அறிவுரையும் உண்டு.

அரசியல் தலைவர்கள், கூட்டங்களில் பேசுகிறார்கள். மக்களைக் கவர முயல்கிறார்கள். தாங்கள் நினைத்தபடி அவர்களைச் செயல்பட வைக்க வேண்டும் என்று விரும்புகிறார்கள். அவர்களின் சாதனம் பேச்சு. தங் களுடைய பேச்சாற்றலால் வெற்றி பெற்றவர்கள் என்று யோசிக்கும்பொழுது அறிஞர் அண்ணாதுரை, கலைஞர் கருணாநிதி போன்றவர்கள் சுலபமாக நினை வுக்கு வரக்கூடியவர்கள். சுவாமி விவேகானந்தர், திருமுருக கிருபானந்த வாரியார், புலவர் கீரன் எல்லாம் மிகச் சிறந்த சொற்பொழிவாளர்கள்.

ஆபிரகாம் லிங்கன், ஜான் எஃப் கென்னடி, மார்ட்டின் லூதர் கிங் போன்ற வர்களும் தங்களுடைய பேச்சால் மக்களைக் கவர்ந்து, வெற்றி பெற்றவர்கள்.

அரசியல், சமய, சமுதாயத் தலைவர்கள்தான் என்றில்லை. நமக்கும் பேச்சாற்றல் தேவைதான். நிறுவனங்களிலும், அமைப்புகளிலும் இருக்கும் நிர்வாகிகளும் தலைவர்களும் தினம் தினம் தங்கள் ஊழியர்களிடையே பேசவேண்டியிருக்கிறது.

வீடுகளில், நட்பு வட்டத்தில், சமூகத்தில் - எங்கு பார்த்தாலும் பேச்சு, பேச்சு, பேச்சுதான். எல்லாருக்குமே பேசத் தெரிய வேண்டும்; இல்லாவிட்டால் போச்சு!

★ அழகாக

★ சாமர்த்தியமாக

★ கோர்வையாக

★ தெளிவாக

★ சுருக்கமாக

★ நகைச்சுவையாக

★ தேவையான நேரத்தில்

★ புரியும்படி

★ தேவைப்படும் நேரங்களில் விளக்கமாக

★ சமயத்தில் உடனடியாக

★ வேறு சில சமயங்களில் கொஞ்சம் பொறுத்து

★ கவனமாக

★ சொல்ல நினைக்கும் பொருள் விளங்கும்படியாக

- எனப் பல்வேறு சந்தர்ப்பங்களில் பல்வேறு விதமாக நாம் பேச வேண்டியிருக்கிறது.

••••••••••

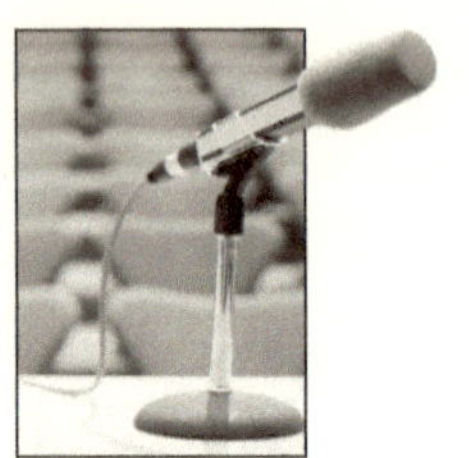

2. எழுதலாம்!

நாம் ஒன்று சொல்ல, மற்றவர் வேறு ஒன்றைப் புரிந்து கொள்வதால்தான் எவ்வளவு பிரச்னைகள்? ஒருவர் தலைக்குள் அல்லது மனத்தில் இருப்பதை, அப்படியே எடுத்து அடுத்தவர் தலை அல்லது மனத்துக்குள் வைத்தால் ஒழிய, அப்படியே புரிந்துகொள்ள வைப்பது என்பது சாத்தியமில்லை என்றே தோன்றுகிறது.

மனித இனம் தோன்றி, இவ்வளவு பெரிய வளர்ச்சி அடைந்திருப்பதற்கு மிகப்பெரிய காரணம் கம்யூனி கேஷன்தான். கடந்த 150 ஆண்டுகளில், தகவல் தொடர்பு சாதனங்களில் மிகப்பெரிய வளர்ச்சிகள், முன்னேற் றங்கள் வந்திருந்தாலும், கடந்த 5000 ஆண்டுகளாகவே மனிதன் இந்தத் துறையில் கடுமையாக முன்னேறி இருக் கிறான்.

1800-ம் வருஷங்களில் ஐரோப்பாவில் இருந்து அமெரிக் காவுக்கு, கடிதங்கள் கப்பல்களில் போய்ச் சேர இரண்டு வாரங்கள் ஆகியிருக்கின்றன.

இன்று? கண் மூடி கண் திறப்பதற்குள் மின்னஞ்சல்கள் கண்டம் விட்டு கண்டம் பாய்ந்து, பதிலுடன் திரும்பி வருகிறது.

கி.மு. 3000-ம் ஆண்டிலேயே எகிப்தியர்கள் ஹைரோகி ளிபிக்ஸ் (Hieroglyphics) என்ற எழுத்துகளை உருவாக்கி பயன்படுத்தி வந்திருக்கிறார்கள்.

கிறிஸ்து பிறப்பதற்கு 1400 ஆண்டுகளுக்கு முன்பாகவே, சீனாவில் முறையான எழுத்து வடிவங்கள் இருந்திருக்கின்றன.

கி.மு. 2000-ல் போனிசியன் (Phoenician) எழுத்துகள் உருவாகின.

கி.மு. 2000-ல் கிரேக்க அல்பாபெட்ஸ் (Alphabets) உருவாயின.

கி.மு. 600-ல் தற்சமயம் புழக்கத்தில் உள்ள ரோமன் எழுத்துகள் உருவாயின.

ரோமாபுரியை ஆண்ட ஜூலியஸ் சீசர் எழுதியது தாளில் அல்ல. அப்பொழுது பேப்பர் கிடையாது. அவர் எழுதியது மெழுகுக் கட்டிகளில்தான்!

பிறகு பாப்பைரஸ் (Papyrus) என்ற புல்லில் இருந்து கூழ் தயாரித்து, அதனை மர உருளைகள் மேல் சுற்றி அதில் எழுதினார்கள்.

எகிப்தியர்கள் மட்டுமே தயாரித்துக் கொண்டிருந்த பாப்பைரஸை, துருக்கியில் உள்ள பெர்காமும் (Pergamum) என்ற இடத்தின் அரசனுக்கு விற்க மறுக்க, அந்த அரசனின் ஆணைப்படி ஆட்டுத்தோல் முதலியவற்றில் எழுதும் பழக்கம் ஏற்பட்டது.

பின்னர் கிறிஸ்து பிறந்து 150 வருஷங்களுக்குப் பிறகுதான் சீனர்கள் பேப்பரைக் கண்டுபிடித்தார்கள். அதற்குமுன், பட்டில் தயாரிக்கப்பட்ட ஒருவிதப் பொருளின் மீதுதான் எழுதிக்கொண்டு இருந்தார்கள்.

Ts'ai Lun என்பவர்தான் முதல் பேப்பரைத் தயாரித்தவர். அது கரடுமுரடாக இருந்தது. அந்த ரகசியத்தை அவர்களிடம் இருந்து எவராலும் 500 வருஷங்களுக்கு அறிந்துகொள்ள முடியவில்லை. அதன்பிறகு சில தாள் தயாரிப்பாளர்கள், மற்ற நாட்டவர்களால் பிடிக்கப்பட்ட பொழுதுதான் ரகசியம் வெளிச்சமானது. பின்பு, அது மத்தியக் கிழக்கு நாடுகளுக்குப் போனது.

1100-களில் பேப்பர் தயாரிப்பு ஐரோப்பாவை அடைந்தது.

1454-ல்தான் பிரிண்டிங் பிரஸ் கண்டுபிடிக்கப்பட்டது. 1820-ல்தான் புத்தகங்கள் பெருமளவில் அச்சாக்கப்பட்டன.

1900-களில்கூட தாள்கள் மடித்தபடியேதான் புத்தகங்களில் இருக்கும். படிப்பவர்தான், கத்தி வைத்துக் கிழித்துக்கொள்ள வேண்டும்.

1400-களில் வாழ்ந்த ஜெர்மனியைச் சேர்ந்த ஜொகானஸ் கூடன்பர்க் என்பவர்தான் (Johannes Gutenberg) எல்லாருக்கும் புத்தகங்கள் கிடைக்கும் வழி செய்தார்.

பேப்பர் இருக்கிறது. வேகமான அச்சு இயந்திரம்? அதற்குமுன் மரக்கட்டை களில் செதுக்கி, தனித்தனியாக சாப்பா குத்துவது போலத்தான் பிரிண்டிங் இருந்தது. கூடன்பர்த்தான் மூன்று உலோகங்களைப் பயன்படுத்தி, மாற்றி அமைக்கக்கூடிய எழுத்துகளை அவற்றால் உருவாக்கி (ஜெர்மானிய எழுத்துகளின் எண்ணிக்கை 27-தான்), அச்சடிக்கும் இயந்திரத்தை உரு வாக்கினார்.

1565-ல்தான், இங்கிலாந்தில் பென்சில் உருவாக்கப்பட்டது.

ஆங்கில சீன எழுத்துக்கள் எல்லாம் சரி. தமிழில் எப்போது எழுதத் தொடங் கினார்கள்? நாம் இப்போது பயன்படுத்தும் எழுத்துகள் எந்த நூற்றாண்டில் உருவாக்கப்பட்டன?

சிந்துசமவெளி நாகரீகத்தின் தொடர்ச்சியாக தமிழ் எழுத்துகள் வந்திருக்கலாம் என்று ஐரோப்பியர்களின் ஓர் ஆராய்ச்சி சொல்கிறது. வேறு ஒரு சாரார், கி.மு. 2-ம் நூற்றாண்டின் அசோகர் காலத்து பிராமி எழுத்துகள்தான், மற்ற எல்லா எழுத்துகளுக்கும் முன்னோடி ஆக இருப்பதுபோல, தமிழுக்கும் இருக்கும் என்கின்றனர்.

தமிழ், ஆரம்பகாலத்தில் கோல் எழுத்துகளாகவும் வட்ட எழுத்துகளாகவும் எழுதப்பட்டு வந்தது என்கிறார் தொ.பொ. மீனாட்சி சுந்தரம். கி.பி.985-1015 வரை ஆட்சி செய்த ராஜராஜ சோழன் காலத்தில், வட்ட எழுத்தை நீக்கிவிட்டு, கோல் எழுத்தை விருத்தி செய்தார் என்கின்றனர் ஆராய்சியாளர்கள். ராஜராஜன் காலத்தில் தான் நல்ல வடிவான தமிழ் எழுத்துகள் எழுதபட்டன.

தமிழில் மட்டுமல்ல, இந்திய எழுத்துகளிலேயே முதன் முதலாக அச்சு ஏறிய புத்தகம் எது தெரியுமா? தமிழில் மொழிபெயர்க்கபட்ட, போர்ச்சுகீசிய மொழியில் செயிண்ட் சேவியர் எழுதிய, ஏசுநாதர் துதிநூல் ஆன 'தம்பிரான் சரித்திரம்' தான் (1578). ஆண்டிரிக்ஸ் என்கிற போர்ச்சுகீசிய பாதிரியார் மொழிபெயர்த்த அந்த புத்தகம் 16 பக்கங்கள் கொண்டது.

▪▪▪▪▪▪▪▪▪▪▪

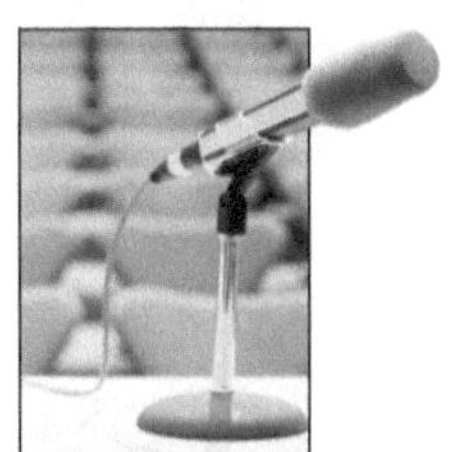

3. நான் பேச நினைப்பதெல்லாம்...

நாம் மற்றவர்களுக்குச் சொல்ல விரும்பும் ஒரு விஷயத்தை பேச்சின் மூலமோ, எழுத்தின் மூலமோ அல்லது உடல் மொழியின் மூலமோ தெரியப்படுத்துகிறோம். செல்ஃபோன், டிவி, ரேடியோ, நியூஸ் பேப்பர் என்று செய்திகளைப் பரிமாறிக்கொள்வதற்கு இந்த மூம்மூர்த்திகளின் தயவைத்தான் நாம் நம்பி இருக்கிறோம்.

முதலில் பேச்சு. பேசுவது என்றால், நமக்கு உடனடியாக என்ன நினைவுக்கு வருகிறது? மேடை, மைக் செட், கடற்கரை, பொது மக்கள், அன்புள்ள வாக்காளப் பெரு மக்களே! என்று ஊரையே கூட்டி அடித்தொண்டையில் கத்தும் திறன். இவைதான் இல்லையா?

மேடையில் பேசுபவர்களைத்தான், நாம் பொதுவாகப் பேச்சாளர்கள் என்று அழைக்கிறோம். 'இவர் ரொம்ப நல்லா பேசுவார்!' என்று அவர்களைச் சிலாகிக்கிறோம். அவர்களது பேச்சாற்றலைக் கொண்டாடுகிறோம்.

'வாயுள்ள பிள்ளை பிழைக்கும்' என்ற பழமொழியைக் கேள்விப்பட்டிருப்பீர்கள். புது மொழி என்ன தெரியுமா? வாயுள்ள பிள்ளைதான் ஜெயிக்கும். கருத்தைத் தெரிவிக்க வேண்டும்! தெரிவிக்க வேண்டிய வகையில் தெரிவித்தால் மட்டுமே வெற்றி சாத்தியப்படும். அதற்காக, மேடைப் பேச்சாளர்களைப் போல் சிலேடை, உவமை, கவித்துவம் என்று அடுக்கு

வசனங்களால் அட்டகாசம் செய்யவேண்டும் என்று நினைத்துக்கொள்ள வேண்டாம்.

மேலதிகாரியிடம், நண்பனிடம், அப்பாவிடம், அம்மாவிடம், மனைவி யுடன், பக்கத்து வீட்டுக்காரருடன், பேருந்து நடத்துநருடன், காய்கறி விற்பவரிடம் என தினம் தினம் நாம் பலருடன் பேசிக்கொண்டிருக்கிறோம். இன்னமும் அடுக்கிக்கொண்டே போகலாம். மேலோட்டமாகப் பார்த்தால், இவை வெட்டிப்பேச்சுகள். பைசா பெயராத அரட்டைகள். ஆனால் சற்று ஆழ மாகப் பார்த்தால், இது போன்ற பேச்சுகள்தாம் நம் அன்றாட வாழ்க்கையை நகர்த்திச் செல்கின்றன.

ஆச்சரியமாக இருக்கிறதல்லவா? சுஷ்மிதா சென்னுக்கு ஏற்பட்ட ஓர் அனுப வத்தை இப்பொழுது பார்க்கலாம்.

பிரபஞ்ச அழகிக்கு பயங்கரப் பசி!

மெக்ஸிகோவில் உள்ள ஒரு பகுதியின் பெயர் அகா புல்கோ. இங்குதான், சுஷ்மிதா சென் ஒரு விருந்துக்கு அழைக்கப்பட்டிருந்தார். அரசாங்கமே சிரத்தையுடன் ஏற்பாடு செய்திருந்த விருந்து அது. பிரபஞ்ச அழகியாக அவர் அப்பொழுதுதான் தேர்வு செய்யப்பட்டிருந்தார். வரவேற்பு ஏற்பாடுகள் தடபுடலாக நடந்துகொண்டிருந்தன. தேசத்தின் சுற்றுலாத்துறை அமைச்சர், சுகாதாரத்துறை அமைச்சர், சுற்றுலாத்துறை மேலாளர் என்று அத்தனை பெரிய புள்ளிகளும் அட்டெண்டன்ஸ் கொடுத்திருந்தனர்.

'சரி வாருங்கள், எல்லாரும் உணவு மேஜைக்குச் செல்லலாம்!' என்றார் டை கட்டிய ஒரு நடுத்தர வயது அதிகாரி.

அனைவரும் பக்கத்து அறைக்குச் சென்றனர். பெரிய மேஜை, அழகிய இருக் கைகள். அனைவரும் அமர்ந்தனர். எல்லாருடைய பார்வையும் சுஷ்மிதா சென்னின் மீதுதான்! ஆனால் சுஷ்மிதா சென்னின் மொத்தக் கவனமும், மேஜையின்மீது அடுக்கி வைக்கப்பட்டிருந்த உணவு வகைகளில்தான் இருந்தது. காரணம் - அவருக்குப் பயங்கரப் பசி!

ஆனால் சுஷ்மிதா சென்னின் பசியைப் பற்றி, யாரும் கவலைப்பட்டதாகத் தெரியவில்லை. எல்லாரும் அவரது முகத்தைப் பார்த்தபடி அமைதியாக உட்கார்ந்திருந்தார்கள். ஒருவரும் சாப்பாட்டில் கைவைப்பதாக இல்லை. ஏதேதோ பேசுகிறார்கள், ஏதேதோ சொல்லிச் சிரிக்கிறார்கள். ஆனால் ஸ்பூனை மட்டும், யாரும் தொடவில்லை.

சுஷ்மிதாவுக்குப் பயங்கர டென்ஷன். இத்தனைக்கும் அவர்தான் தலைமை விருந்தினர். ஆனால், ஒரு வாய் காபி கொடுக்கக்கூட யாரும் இல்லை. காபிகூட வேண்டாம். ஒரு டம்ளர் தண்ணீர்? ம்ஹூம்!

யோசித்தார். இதற்கு மேல் தாக்குப்பிடிக்க முடியாது. பக்கத்தில் அமர்ந்திருந்த சுற்றுலாத்துறை மேலாளர் பார்பராவிடம் திரும்பினார்.

'பார்பரா! ஒண்ணு சொன்னா கோபப்படக் கூடாது.'

'இல்லை சொல்லுங்க!' என்றார் பார்பரா.

'எனக்கு பயங்கரப் பசி!'

'எனக்கும்தான்!'

'ஆனா, யாருமே சாப்பாட்டைப் பத்தி கவலைப்பட மாட்டேங்கறாங்களே!'

பார்பரா புன்னகைத்தார். 'நீங்க நினைக்கிறது தப்பு. இங்க இருக்கிற எல்லா ருக்கும் செம பசி!'

'அப்புறம் ஏன் யாரும் சாப்பிட மாட்டேங்கறாங்க?'

'நீங்க சாப்பிட ஆரம்பிச்சாதானே, மத்தவங்களல சாப்பிட முடியும்?'

'புரியலையே!'

'சீஃப் கெஸ்ட்தான் முதல்ல சாப்பிட ஆரம்பிக்கணும்!'

திகைத்துப்போனார் சுஷ்மிதா சென். இதை ஏன் ஒருவரும் என்னிடம் சொல்ல வில்லை. முதலிலேயே சொல்லியிருந்தால் இத்தனை மணி நேரத்துக்கு அநாவசியமாக அவஸ்தைப்பட்டு இருக்க வேண்டாம் அல்லவா?

இன்னொரு விழாவில் நடந்த கூத்தைப் பார்ப்போம்.

மும்முறை எழுந்துநின்றார் குடியரசுத் தலைவர்!

டிசம்பர் 2005. சென்னை, லயோலா கல்லூரியின் 150-வது ஆண்டு நிறைவு விழா. குடியரசுத் தலைவர் அப்துல் கலாம்தான் தலைமை விருந்தினர்.

இரவு மணி 9-க்கும் மேல் ஆகிவிட்டது. அப்துல் கலாம் இன்னமும் வர வில்லை. மாணவர்களும், பார்வையாளர்களும் அமைதியாகக் காத்துக்கொண் டிருக்கிறார்கள். அப்பொழுது முதல் அறிவிப்பு வருகிறது. 'அப்துல் கலாம் கடலூரிலிருந்து வந்துகொண்டிருக்கிறார். மழை வெள்ளத்தால் பாதிக்கப் பட்ட பகுதிகளைப் பார்வையிட வேண்டியிருந்ததால், காலதாமதமாகி விட்டது.'

அடுத்த அரை மணி நேரத்தில் மற்றொரு அறிவிப்பு. 'நேரம் குறைவாக இருப்பதால் நிகழ்ச்சி நிரலில் ஒரு சிறிய திருத்தம். அப்துல் கலாம் வந்து சேர்ந்தவுடன் தேசிய கீதம் பாடப்படும். பிறகு தமிழ்த்தாய் வாழ்த்து, அதற்கு அடுத்து கீதாஞ்சலியிலிருந்து ஒரு பாடல். மூன்று பாடல்களும் அடுத்தடுத்து இசைக்கப்படும். மூன்று பாடல்களும் முடியும்வரை அனைவரும் எழுந்து நின்று மரியாதை செலுத்த கேட்டுக்கொள்கிறோம்.'

இந்த அறிவிப்பு வெளியான சில மணி நேரத்தில், அப்துல் கலாம் வந்து விட்டார். மாணவர்களிடம் ஏக பரபரப்பு. உற்சாகத்துடன் கையசைக் கிறார்கள். அப்துல் கலாம் புன்னகைத்தபடியே மேடையில் அமர்கிறார்.

நிகழ்ச்சி தொடங்குகிறது.

'இப்பொழுது தேசிய கீதம் இசைக்கப்படும்.'

அப்துல் கலாம் உள்ளிட்ட அனைவரும் எழுந்து நிற்கிறார்கள்.

தேசிய கீதம் முடிந்ததும், புன்னகையுடன் இருக்கையில் அமர்கிறார் கலாம். அனைவரும் நின்றுகொண்டிருக்கிறார்கள். அப்துல் கலாமுக்குக் குழப்பம். 'தேசிய கீதம்தான் முடிந்துவிட்டதே! இன்னமும் ஏன் இவர்கள் அமர வில்லை?'

அவர் யோசித்துக்கொண்டிருக்கும்போதே, தமிழ்த்தாய் வாழ்த்து ஒலிபரப்பப் படுகிறது. அவசரஅவசரமாக எழுந்து நிற்கிறார். மீண்டும் அமர்கிறார். அப் பொழுதும் கூட்டத்தினர் நின்றபடியேதான் இருக்கின்றனர்.

'அடுத்து கீதாஞ்சலி இசைக்கப்படும்.'

அறிவிப்பைக் கேட்டதும், தடுமாறியபடி மீண்டும் எழுந்து கொள்கிறார் கலாம்.

பிறகு பரிசளிப்பு விழா. யார் யாரோ வந்து பேசுகிறார்கள். அப்துல் கலாம் பேசுகிறார். எல்லாரும் கைதட்டுகிறார்கள். சுபம்.

நிகழ்ச்சி என்னவோ முடிந்துவிட்டது. ஆனால் 'நல்லபடியாக முடிந்தது!' என்று சொல்ல முடியுமா?

எத்தனை எத்தனை குழப்பங்கள்!

மிகச் சிறப்பாக ஏற்பாடு செய்யப்பட்டிருந்த நிகழ்ச்சிதான். வரவேற்பு ஏற்பாடுகளில் குறைகள் இல்லைதான். சிறப்பு விருந்தினரைதர்ம சங்கடத்துக்கு உள்ளாக்காமல் இருந்திருந்தால், இன்னமும் சிறப்பாகவே இருந்திருக்கும்.

தவறு எங்கே? தேசிய கீதம், தமிழ்த்தாய் வாழ்த்து, கீதாஞ்சலி என்று தொடர்ச்சியாக மூன்று பாடல்களையும் ஒலிபரப்பப் போவதை, அப்துல் கலா முக்கு முன்னரே தெரிவித்திருக்கலாம் இல்லையா?

நாம் மேலே பார்த்த இரண்டு நிகழ்ச்சிகளுமே இரண்டு சிறப்பு விருந்தினர் களைப் பற்றியது. இரண்டுமே சிறப்பாக ஏற்பாடு செய்யப்பட்ட நிகழ்ச்சிகள். ஆனால், இரண்டு விருந்தினர்களுமே தர்ம சங்கடத்துக்கு உள்ளாக வேண்டி யிருந்தது.

அடிப்படையில், தவறு ஒன்றுதான். அது கம்யூனிகேஷன் கேப் (Communication Gap).

சொல்ல வேண்டிய விஷயத்தை, சொல்ல வேண்டிய நேரத்தில், சொல்ல வேண்டிய நபரிடம், சொல்லாமல் போனதால் வந்த வினை. நம்மைச் சுற்றி நடைபெறும் பல குழப்படியான சம்பவங்களை ஆழ்ந்து கவனித்தால், பல பிரச்னைகளுக்கு கம்யூனிகேஷன் கேப்தான் காரணம் என்பது தெரியவரும்.

அவசியம் சொல்ல வேண்டியது எது?

சொல்லவேண்டியதைச் சொல்லாமல் விடுவது மட்டுமல்ல பிரச்னை. அவசியம் சொல்ல வேண்டியதைச் சொல்லாமல் விடுவதும் பிரச்னைதான்.

ஜனவரி 30, 1948. மாலை மணி 6. அகில இந்திய வானொலி வருத்தமான குரலில் ஓர் அறிவிப்பை வெளியிட்டது. 'மகாத்மா காந்தி இன்று மாலை 5.10-க்கு புது தில்லியில் படுகொலை செய்யப்பட்டார்.'

ஒட்டுமொத்த தேசத்தையும் உலுக்கி எடுத்த அறிவிப்பு அது. கண்டிப்பாகத் தெரிவிக்க வேண்டிய செய்தி. தெரிவித்துவிட்டார்கள். இத்தோடு நிறுத்தி யிருக்கலாம். ஆனால், அவர்கள் நிறுத்தவில்லை. கூடவே, 'அவரைக் கொன்றது ஒரு ஹிந்து!' என்ற கூடுதல் தகவலையும் குறிப்பாகத் தெரிவித்தார்கள்.

அந்தக் கூடுதல் தகவல் தேசத்தில் நிகழவிருந்த மாபெரும் இனக்கல வரத்தைத் தடுத்தது. காரணம், காந்தி ஒரு முஸ்லீமால் கொல்லப்பட்டிருப் பாரோ என்ற யூகம் ஏற்படவே இல்லை. அப்படி ஒரு யூகத்துக்கு இடம் கொடுத்திருந்தால் அதன் விளைவுகள் எவ்வளவு கொடுரமாக இருந்திருக்கும்.

கோட்ஸே ஒரு ஹிந்து என்பது அந்த நேரம் தெரிவிக்கப்பட வேண்டிய முக்கிய தகவலாகிவிட்டது. இதுதான், தெரிவிக்க வேண்டியதை முனைந்து தெரிவிக்க வேண்டும்.

போட்டு உடைக்கக் கூடாது!

'நீ பெயில். இனி நீ தேறமாட்டே.'

'உன் கிட்னியை எடுத்திட்டாங்க.'

'உனக்கு ஹார்ட் அட்டாக். இனி நீ பிழைக்கிறது கஷ்டம்.'

தெரிவிக்க வேண்டிய விஷயங்கள்தான் அத்தனையும். ஆனால் அதற்காக எடுத்தோம் கவிழ்த்தோம் என்று தெரிவித்துவிட முடியுமா?

- பல மேலைநாட்டு மருத்துவமனைகளில் 'போட்டு உடைக்கும்' பழக்கம் வழக்கத்தில் உள்ளது. நோயின் பெயர், அது எத்தனை தீவிரமாக உள்ளது, அதனால் ஏற்படும் விளைவுகள் என்ன போன்ற அத்தனை விஷயங்களையும் லிஸ்ட் போட்டு நோயாளியிடம் தெரிவித்துவிடுவார்கள். 'இன்னும் மூணு மாசம் நீங்க உயிரோட இருந்தால் பெரிய விஷயம்!' என்று பக்காவாகச் சொல்லிவிடுவார்கள். இந்த உண்மை விளம்பிகள்.

ஆனால் நம்மூரில், இத்தனை 'இதமான' அணுகுமுறை இல்லை. எத்தனை பெரிய வியாதி வந்தாலும், 'உங்களுக்கு ஒண்ணும் இல்லை; எல்லாம் சரியா யிடும்!' என்று நோயாளிகளைத் தேற்றுவதுதான் நம் டாக்டர்களின் ஆரம் பகட்ட பணி.

மருத்துவர்-நோயாளி விஷயத்தில் மட்டுமல்ல. எந்தவொரு சந்தர்ப்பத் திலும், நாம் இதைக் கடைப்பிடிக்கலாம்.

கம்பரின் கம்யூனிகேஷன் டெக்னிக்!

ஆச்சரியமாக இருக்கிறதா? சந்தேகமேயில்லாமல் கம்பர் ஒரு கம்யூனிகேஷன் மாஸ்டர்தான்! எதை எப்படிச் சொல்ல வேண்டும் என்பதற்கு கம்பரா மாயணத்தில் இரண்டு அற்புதமான உதாரணங்கள் உள்ளன.

முதல் உதாரணத்தைப் பார்க்கலாம். காணாமல் போன சீதையைத் தேடி இலங்கை சென்ற அனுமன், சீதையைச் சந்தித்துவிட்டு ராமனைக் காண திரும்புகிறான். சீதையைப் பல இடங்களில் தேடியும் கிடைக்காததால், தவித்துக்கொண்டிருக்கிறான் ராமன். ராமனைப் பார்த்ததும், அனுமன் என்ன சொல்கிறான் தெரியுமா? 'கண்டேன் சீதையை!'

கவனிக்கவும். 'சீதையைக் கண்டேன்!' அல்ல. 'கண்டேன் சீதையை!' - அதற்கும் இதற்கும் அப்படி என்ன பெரிய வித்தியாசம் என்கிறீர்களா?

இருக்கிறது. 'கண்டேன்' என்று வாக்கியத்தைத் தொடங்கும்போதே, தெரி விக்க விரும்பும் செய்தியை அனுமன் தெரிவித்துவிட்டான். 'சீதையை' என்று அவன் அந்த வாக்கியத்தைத் தொடங்கியிருந்தால், சீதையை அவன் கண்டானா காணவில்லையா என்று ராமன் ஒரு கணம் தவித்திருப்பான். அந்தத் தவிப்பை அனுமன் சமயோசிதமாகத் தவிர்த்துவிட்டான் இல்லையா? கேட்பவர் மனநிலையினை உணர்ந்து பேசுவது என்பது இதுதான்.

இரண்டாவது எடுத்துக்காட்டைப் பார்க்கலாம். பரதனுக்கு நாட்டை ஆள்வது பிடிக்கவில்லை. ராமன்தான் அதற்கு சரியான தேர்வு என்று அவனுக்குத் தெரிந் திருந்தது. ஆனால், அப்போதைக்கு ராமனால் நாட்டை ஆள முடியாது. காரணம் - தந்தை சொல்லிவிட்டார் என்பதற்காக, ராமன் 14 வருஷம் காட்டில் இருக்கவேண்டிய அவசியம் ஏற்படுகிறது.

பரதன் தனது கருத்தை, தெளிவாக ராமனிடம் தெரிவித்துவிடுகிறான். 'நீங்கள் வரும் வரை நான் அந்தப் பொறுப்பில் இருப்பேன். சரியாக 14 வருஷங்கள் முடிந்ததும் நீங்கள் திரும்பிவிட வேண்டும். இல்லையென்றால் நெருப்பு மூட்டி அதில் விழுந்து விடுவேன்!'

14 ஆண்டுகள் கழிகின்றன. ராமனைக் காணவில்லை. பரதன் தான் சொல்லிய படி தீ மூட்டிவிட்டான். குதிக்க வேண்டியதுதான் பாக்கி. ராமனோ அப் பொழுதுதான் ராவணனுடன் சண்டையிட்டு முடித்திருந்தான். திடீரென்று தான் பரதனின் நினைவு வந்தது. அனுமனிடம் விவரம் சொல்லி அனுப்பு கிறான்.

'ராமன் இதோ வந்துவிடுவான். கவலைப்பட வேண்டாம்!' - இதுதான் அனுமன் தெரிவிக்க வேண்டிய செய்தி.

அனுமன் பறந்து வருகிறான். பரதனைப் பார்க்கிறான். கொழுந்து விட்டு எரியும் நெருப்பில் விழத் தயாராக இருக்கிறான் பரதன். அனுமன் தூரத்தில் இருந்தே கத்துகிறான். 'வந்தான் ராமன்!'

கவனிக்கவும். 'ராமன் வந்தான்' அல்ல. 'வந்தான் ராமன்!'

இட்லி போதுமா?

சிலர் மென்று விழுங்குவார்கள். சொல்ல வேண்டியதைச் சொல்லித் தொலைக்க மாட்டார்கள். பூடகமாகப் பேசுகிறோம் என்று நினைத்துக் கொண்டு அரைகுறையாகப் பேசுவார்கள்.

ஒருவர் இட்லி சாப்பிட்டுக் கொண்டிருந்தார். நன்றாக இருந்தது. நல்ல பசி. பரிமாறுபவர் நான்கு இட்லியை வைத்துவிட்டு நகர்ந்து போய்விடுகிறார். இன்னும் இரண்டு இட்லி சாப்பிட்டால் நன்றாக இருக்கும். ஆனால் வெளிப் படையாகக் கேட்க இவருக்குக் கூச்சம். என்ன செய்தார் தெரியுமா?

'இட்லி ரொம்ப நல்லா இருக்கு!' என்றார்.

'ஓ அப்படியா? ரொம்ப தேங்க்ஸ்!' என்று சொல்லிவிட்டு நகர்ந்து போய் விட்டார் பரிமாறுபவர்.

சொல்ல வேண்டியதைச் சரியாகச் சொல்லாததால், நான்கு இட்லியோடு அன் றைய சாப்பாட்டை முடித்துக்கொண்டார் அவர்.

விஷயம் அதுவல்ல.

தெரிவிக்க வேண்டியதைச் சரியாகத் தெரிவிக்காததால் நமக்கு ஏற்படும் இழப்புகள் பற்பல.

இதே இட்லி நபர், ஒரு பெண்ணைக் காதலிக்கிறார் என்று வைத்துக்கொள் வோம். வீட்டில் அவருக்குப் பெண் பார்க்கிறார்கள். தன்னுடைய காதலைப் பற்றி வீட்டில் தெரிவிக்க அவருக்குப் பயம். பூடகமாகச் சொல்லிப் பார்க் கிறார். மறைமுகமாகச் சொல்லிப் பார்க்கிறார். பலனில்லை. பேசாமல், வீட்டில் அம்மா பார்த்த பெண்ணை திருமணம் செய்துகொண்டு செட்டில் ஆகிவிடுகிறார்.

தான் காதலித்த பெண்ணை இவர் மணக்காமல் போனது - அவருக்கும் இழப்பு, அந்தப் பெண்ணுக்கும் இழப்பு. புதிதாக அவர் மணந்துகொண்ட அந்தப் பெண்ணுக்கு இவர் இழைக்கும் துரோகமும்கூட. இவருக்கு மட்டும் ஒழுங்காகப் பேசத் தெரிந்திருந்தால், இத்தனை பிரச்னைகளும் வந்திருக்குமா?

பல சமயங்களில் நேரிடையான பேச்சு உடனடிப் பலனளிக்கும்.

'எனக்கு வேண்டாம்!'

'பிடிக்கவில்லை!'

'வரமாட்டேன்!'

இப்படி நறுக்குத் தெரித்தாற்போல் சொல்லிவிட்டால், பிரச்னைக்கு இடம் ஏது?

கேட்பவரைத் தெரிந்துகொள்ள வேண்டும்!

மார்க்கெட்டிங் பயிற்சி வகுப்புகளில் இப்படி ஒரு கதை சொல்வார்கள். ஒரு சோப்புத்தூள் கம்பெனி, இந்தியாவில் சக்கை போடு போட்டுக்கொண்டி ருந்தது. தனது கிளைகளைப் பரப்ப, சவுதி அரேபியாவிலும் விற்பனை செய்ய முயற்சித்தது. இந்தியாவில் பயன்படுத்திய வெற்றிகரமான அதே விளம்பரத்தினை அங்கேயும் பயன்படுத்தியது. பிரச்னையே அங்குதான் தொடங்கியது.

விளம்பரம் இதுதான்! மொத்தம் நான்கு படங்கள். முதல் படத்தில் கொஞ்சம் அழுக்குத் துணிகளைக் காண்பிக்கிறார்கள். அடுத்த படத்தில் ஒரு சோப்புத் தூள் பாக்கெட். அதாவது, அவர்களுடைய பிராண்ட். மூன்றாவது படத்தில் அந்த சோப்புத் தூளைக் கொண்டு அழுக்குத் துணிகளைத் துவைக்கிறார்கள். அதற்கும் அடுத்த படம், சுத்தமான துணிகள்.

'எங்க பிராண்டைப் பயன்படுத்தினா, அழுக்கா இருக்கிற துணிகூட வெள்ளை வெளேர்னு டாலடிக்கும்!' - இதுதான் செய்தி.

இந்தியாவில் இதே விளம்பரத்தைப் பயன்படுத்தித்தான் சக்கைபோடு போட்டார்கள். சவுதியில் மட்டும் ஏன் இந்த விளம்பரம் கேலிக்கூத்தாக மாறியது? அங்கு மட்டும் விற்பனை ஏன் படுத்துக்கொண்டது?

கவனமாக ஆராய்ந்தபோதுதான் உண்மை தெரிந்தது. சவுதி அரேபியர்கள் இடது பக்கத்திலிருந்து வலது பக்கமாகப் படிப்பவர்கள். அப்படிப் படித்த போது, அவர்கள் இந்த விளம்பரத்தை எப்படிப் புரிந்துகொண்டார்கள் தெரியுமா? 'எங்க பிராண்டைப் பயன்படுத்தினால் நல்லா இருக்கிற துணியும் அழுக்காயிடும்!'

வியாபாரம் நடக்குமா?

ஒரே செய்திதான். ஆனால் வெவ்வேறு இடத்தில் பயன்படுத்தப்படும்போது வெவ்வேறான பொருளைத் தருகிறது. பிரச்னை இதுதான்.

யாரிடம் பேசுகிறோம் என்பதை உணர்ந்து பேசினால், பிரச்னை தீர்ந்துவிடும்.

சுருங்கச் சொல்ல வேண்டும்!

இது வேகமான உலகம். செய்ய வேண்டிய வேலைகள் நிறைய இருக்கின்றன. 'வளவள' என்று பேசிக்கொண்டிருக்க முடியாது. 'எங்க தாத்தாவிடம் ஒரு யானை இருந்தது. அதுக்கு என்ன ஆச்சுன்னா?' என்று நீட்டி முழுக்க முடியாது. 'யானை இப்போ இருக்கா இல்லையா?' என்று நறுக்கென்று கேள்வி கேட்பார்கள்.

சிவாஜி, கண்ணாம்பா போல் பக்கம் பக்கமாகப் பேசிக் கொண்டிருக்க முடியாது. 'ஷார்ட்டா சொல்லுப்பா!' என்பார்கள். அந்தக் காலத்துப் படங்களையும், இந்தக் காலத்துப் படங்களையும் ஒப்பிட்டுப் பார்த்தால் இந்த மாற்றம் புரியும். ஒரு முழு திரைப்படத்தின் வசனங்களையும், ஒன்றரை பக்கத்தில் இன்று எழுதிவிடலாம்.

அதுவும் தற்போதைய SMS யுகத்தில், ஒரு நாளைக்கு ஓரிரு வார்த்தைகள் பேசினாலே 'ரொம்ப அதிகம்' என்கிறார்கள். நேரம் போதவில்லை. ஓடிக் கொண்டிருக்கிறார்கள். ஆகவே, சுருக்கமாகப் பேசவேண்டியது அவசியம். கேட்பவர்களின் கவனம் நம் பக்கம் இருக்கும்படியாகவும், அது திசை மாறு வதற்குள் சொல்லிமுடித்துவிடக் கூடியதாகவும் பேச்சு இருக்க வேண்டும்.

கொக்கி போடுங்கள்!

'உங்களுக்கு ஒரு நல்ல செய்தி சொல்லப் போறேன்!' என்று பேச ஆரம்பிப் பவரின் பேச்சை, கேட்பார்களா மாட்டார்களா? நிச்சயம் கேட்பார்கள். வார்த் தைகள்தான் கொக்கிகள். கேட்பவரின் கவனத்தினைப் பிடித்திழுத்து நம் பக்கம் திருப்பும்.

வெற்றியாளர்கள் அதைத்தான் செய்கிறார்கள். 'அடடா! இதை முன்னாடியே சொல்லியிருக்கலாமே சார்!' என்று பிறர் வருத்தப்படும்படி, சொல்லவேண்டி யதை, தாமதிக்காமல் சொல்லிவிடுவார்கள்.

'நீங்க பேச வரணும்! போக வர டிக்கெட் தவிர, நீங்க எவ்வளவு சொல்றீங் களோ அவ்வளவு தொகை தரவும் தயார். ஆனா நீங்க மறுக்காம வரணும்!' - சிலரிடம் இப்படிப்பட்ட தகவல்களை முன்கூட்டியே சொல்லிவிட வேண்டும். 'நீங்க பேச வரணும்!' என்ற கொக்கி வார்த்தையை முதலில் போடுவது இங்கே உசிதமானது.

இவருக்கு இந்த கொக்கி என்றால், வேறொருவருக்கு வேறொரு மாதிரியான கொக்கி தேவைப்படலாம். 'நீங்க ஒரு மணி நேரம் பேசினீங்கன்னா போதும். காரிலே கூட்டிக்கிட்டுப் போயிட்டு, காரிலேயே கொண்டுவந்து விட்டுவிடு வோம். எல்லாம் சேர்ந்து இரண்டு மணிநேரத்துக்குள் முடிந்துவிடும்!' - நேரம் பற்றிய கவலை உள்ளவர்களுக்கு நேரத்தைப் பற்றிய கொக்கி தேவைப் படும்.

கொட்ட வேண்டாம்!

சிலர் பேசுகிறேன் என்று சொல்லி, காய்கறிப் பையை தலைகீழாகக் கவிழ்ப் பதைப் போலப் பேசுவார்கள். 'தபதப' வென்று வார்த்தைகளைக் கொட்டு வார்கள். ஒன்றும் தங்காது. உருண்டு சிதறி ஓடும். பேச்சு என்பது - வார்த்தை களின் குவியல் அல்ல; வார்த்தைகளை அள்ளி வீசுவதும் அல்ல! அது அடுக்கிக்கட்டிய பூக்கள் போல அழகாக இருக்க வேண்டும். அடுக்கிய புத்தகங்கள் போல் முறையாக இருக்க வேண்டும்.

திரைப்படத்தில் இடம்பெறும் ஒரு காட்சி முக்கியமானது என்று ஓர் இயக்குநர் நினைத்தால், அவர் என்ன செய்வார் தெரியுமா?

அந்தக் காட்சியில், பின்னணி இசையை அதிகப்படுத்துவார்; அல்லது இசையே இல்லாமல் நிசப்தமாக்கி விடுவார். இதனால் அந்தக் காட்சி பிறவற்றிலிருந்து வித்தியாசப்படுகிறது. இன்னும் சில இயக்குனர்கள், அந்தக் காட்சியினை மட்டும் ஸ்லோமோஷனில் காட்டுவார்கள். அதுவரை வந்த காட்சிகள் குறிப்பிட்ட வேகத்தில் ஓட, இது மட்டும் மெதுவாக ஓட, படம் பார்க்கும் ரசிகன் நிமிர்ந்து உட்கார்ந்து கவனிப்பான்.

பிறரை ஈர்க்கவேண்டுமானால், ஒரே தொனியில் ஒரே மாதிரியாக பேசிக்கொண்டிருக்கக் கூடாது. குரலில் சின்னச் சின்ன ஏற்ற இறக்கங்கள் வேண்டும். இடையிடையே கொஞ்சம் அமைதி காக்கவேண்டும். சின்ன

இடைவெளி வேண்டும். இதனால் கேட்பவர் கவனம் திரும்பும். அவர் கவனிக்கத் தொடங்கியதும், முக்கியமானதைச் சொல்லவேண்டும்.

நல்ல பேச்சாளர்களிடமிருந்து இந்தக் கலையை கற்றுக் கொள்ளலாம்.

அழுத்தம் கொடுக்கலாம்!

'என்னால அவ்வளவு பணம் கொடுத்து வாங்க முடியுமா என்று நீ கேட் கிறாய்?'

இது ஒரு சுவாரஸ்யமான வாக்கியம். எந்த இடத்தில், எந்த வார்த்தைக்கு அழுத்தம் கொடுக்கிறீர்கள் என்பதைப் பொறுத்து, அர்த்தம் மாறிக்கொண்டி ருக்கும். நீங்களே முயன்று பாருங்கள்.

'என்னால அவ்வளவு பணம் கொடுத்து வாங்க முடியுமான்னா நீ கேட்கிறாய்?'

'என்னால **அவ்வளவு பணம்** கொடுத்து வாங்க முடியுமான்னு நீ கேட்கிறாய்!'

'என்னால அவ்வளவு பணம் கொடுத்து வாங்க முடியுமான்னு **நீ** கேட்கிறாய்!'

அழுத்தம் கொடுக்க வேண்டிய இடத்தில், அழுத்தம் கொடுத்துப் பேசுவது ஒரு கலை என்பதை உணர்த்த இந்த ஓர் உதாரணம் போதாதா?

மறுக்க வேண்டும்!

சொல்வதற்கெல்லாம் 'ஆமாம்' போட்டுப் பேசினால், கவனிப்பார்கள், கேட் பார்கள். நமக்கும் அதிகச் சிரமமிருக்காது. ஆனால், எப்பொழுதும் ஆமாம் சாமியாக இருக்க முடியுமா? நமக்கு ஒத்துவராது என்று தெரிந்தால், மறுக்க வேண்டுமா இல்லையா?

ஆனால், பலர் இப்படிச் செய்வதில்லை. மறுத்துப் பேசினால் ஏதாவது நினைத்துக்கொள்வார்களோ என்ற பயத்தில், 'இல்லை' சொல்ல வேண்டிய இடத்தில், 'ஆமாம்!' சொல்லிவிடுவார்கள்.

நம் அனைவரது வாழ்விலும் தோன்றும் பிரச்னைதான் இது. கொஞ்சம் புத்தி சாலித்தனத்துடன் நடந்துகொண்டால் தவிர்த்துவிடலாம். சரி. இது போன்ற சந்தர்ப்பங்களில் என்ன செய்வது? ஆர்ப்பாட்டம் இல்லாமல், கண்ணியத் துடன் மறுத்துப் பேசவேண்டும்.

சமாளிப்பது எப்படி?

இது ஓர் உண்மைச் சம்பவம்.

செயற்கைக்கோளை விண்ணில் ஏவுவதற்கு, தோதான ஓர் இடமாக தும்பா தேர்ந்தெடுக்கப்படுகிறது. பிரச்னை என்னவென்றால், அங்கே ஒரு சர்ச் இருக்கிறது. பழங்காலத்திய சர்ச். பல ஏழை எளிய மக்கள் வழிபடும் இடம்.

அப்துல் கலாமின் மேலதிகாரி விக்ரம் சாராபாயும், அப்துல் கலாம் அவர்களும் அந்த சர்ச்சின் பிஷப்பைப் போய் பார்க்கிறார்கள். நிலைமையை விளக்கிச் சொல்லுகிறார்கள்.

நிலைமையைச் சமாளிக்க வேண்டிய பொறுப்பு அந்த பிஷப்புக்கு. என்ன செய்தார் தெரியுமா? அப்துல் கலாமையும் விக்ரம் சாராபாயையும் வேறொரு நாள் வருமாறு கேட்டுக்கொண்டார்.

வழக்கமாக மக்கள் அதிகம் கூடும் தினம் அது. இருவரும் வந்து சேர்ந்தனர். பிரார்த்தனை செய்ய வந்த மக்களின் கூட்டமும் பெருகிக்கொண்டிருந்தது. திரண்டிருந்த மக்களிடம் பேசத் தொடங்கினார் பிஷப். 'இந்தியாவின் வளர்ச்சிக்கு இந்த இடம் தேவை!' என்று மென்மையாக அவர்களுக்குப் புரியவைத்தார். கூட்டம் சம்மதித்தது.

இந்தப் பிரச்னைக்கு இது மட்டுமே தீர்வு.

இதே பிஷப், வேறு மாதிரியான வார்த்தைகளைப் பிரயோகித்திருந்தால் என்ன ஆகியிருக்கும்?

ஆர்வத்தை உண்டாக்க வேண்டும்!

தன்னுடைய மேலதிகாரியுடன் எப்படியாவது பேசிவிட வேண்டும் என்று துடித்துக்கொண்டிருந்தார் பாண்டியன். அவரிடம் சாதாரணமாகப் பேசிவிட முடியாது. எப்பொழுதும் பிஸியாக இருக்கும் நபர் அவர்.

பாண்டியன் என்ன செய்தார் தெரியுமா? மேலதிகாரி மும்முரமாக ஏதோ வேலை செய்துகொண்டிருக்கும்போது, திடீரென்று உள்ளே வந்தார்.

'இப்ப என்ன?' என்பது போல் மேலதிகாரி நிமிர்ந்து பார்த்தார்.

பாண்டியன் சொன்னார்: 'சார்! உங்களிடம் முக்கியமான தகவல் சொல்ல வேண்டும். மாலையில் வருகிறேன்!'

முக்கியமான என்ற வார்த்தையை, கிசுகிசுப்பான குரலிலும் அக்கம் பக்கம் பார்த்தபடியும் சொன்னார்.

'என்ன முக்கியமானது? சீக்கிரம் சொல்லு!'

'இல்லை சார், இப்ப வேணாம்! நான் சாயங்காலம் வரேன்!'

சொல்லிவிட்டு பாண்டியன் வேகமாகப் போய்விட்டார்.

மாலையில், மேலதிகாரியே பாண்டியனை நினைவாக அழைத்தார்.

'விஷயம் ஏதோ சொல்ல வேண்டும் என்றாயே! அதென்ன சொல்லு.'

பாண்டியன் இந்த இடத்தில் ஜெயித்துவிட்டார்.

பாண்டியன் அவரைத் தேடிச் சென்றது போக, இப்பொழுது மேலதிகாரியே பாண்டியனைத் தேடி வந்தது எப்படி? பாண்டியன் ஏற்படுத்திய ஆர்வம்தான்!

'முக்கியமான' விஷயம் என்று சொல்லிவிட்டு, அவர்பாட்டுக்குச் சென்று விட்டார். அதென்ன முக்கியமான விஷயம் என்று மேலதிகாரி மண்டையையப் போட்டுக் குழப்பிக்கொண்டது பாண்டியனின் வெற்றி.

இன்னும் சிலர் இருக்கிறார்கள்.

வெறுமனே முக்கியம் என்று சொல்ல மாட்டார்கள். 'உங்களைப் பற்றிய' முக்கியமான ஒரு தகவல் என்று ஒரு 'பர்சனல் டச்' கொடுத்துச் சொல்வார்கள். அதற்கு, இன்னும்கூட வலிமை அதிகம். அத்தோடு சேர்த்து, தாங்கள் சொல்ல விரும்பியதையும் சேர்த்தே சொல்லிவிடுவார்கள்.

தெளிவாகப் பேச வேண்டியதன் அவசியத்தை இதுவரை பார்த்தோம். இனி, சூசகமாகப் பேசுபவர்களைப் பற்றித் தெரிந்துகொள்ளலாம்.

கோடு போட்டால் போதும்!

சில விஷயங்களை, சூசகமாகத் தெரிவித்தாலே போதுமானது.

ஓர் உதாரணம். 'பிறகு பார்க்கலாம்!' என்று ஒருவர் சொல்கிறார் என்றால் என்ன அர்த்தம்? குறிப்பிட்ட பணியைச் செய்ய அவருக்கு விருப்பமில்லை என்று அர்த்தம். அதை வெளிப்படையாகத் தெரிவிக்காமல் மறைமுகமாகத் தெரிவிக்கிறார். கழுவும் மீனில் நழுவும் மீன் இவர்.

'உங்களை மீட் பண்ண முடியுமா?'

'ஓ, முடியுமே!'

'எப்போ?'

'பார்க்கலாம், சொல்றேன்.'

வேறு சில மீன்களைப் பார்க்கலாம்.

வெளிப்படையாகச் சொல்வது:

'இப்போதைக்கு இது அவசியமான்னு தெரியலே. ஆனா, நீங்கள் எது சொன்னாலும் சரியாகத்தான் இருக்கும். செஞ்சுடலாம்!'

தெரிவிக்க விரும்பும் செய்தி!

'வேண்டாம். எனக்குப் பிடிக்கவில்லை.'

வெளிப்படையாகச் சொல்வது:

'இவரு மட்டுமே போதாதா?'

தெரிவிக்க விரும்பும் செய்தி!

'நீங்கள் சொல்லுகிற நபர் வேண்டாம்.'

வெளிப்படையாகச் சொல்வது:

'லேசா தலைவலிக்கிற மாதிரி இருக்கு.'

தெரிவிக்க விரும்பும் செய்தி!

'இப்ப போதும். பிறகு பேசலாமா?'

கசிய விடுவார்கள்

முக்கியமான விஷயங்களை, சிலர் வேண்டுமென்றே லேசாகக் கசிய விடு வார்கள்.

'தலைவரைப் பார்க்கணுமின்னு யாரும் நாளைக்கு வந்து நிக்காதீங்க!'

இப்படிச் சொல்லிவிட்டு பணியாளரிடம் திரும்புவார். 'டேய் ஏர்போர்ட் டுக்கு போன் போடு. டெல்லி பிளைட் ஏதும் கேன்சல் ஆகலியே?'

தலைவர் எங்கே போகிறார் என்கிற தகவலை, சொல்லாமல் சொல்லி விடுகிறார். வேறு எங்கே? டெல்லிக்குத்தான்!

பார்த்தா எப்படித் தெரியுது?

வேண்டுமென்றே சிலவற்றைச் சொல்லாமல் ஊகத்துக்கு விடுவதும் ஒரு கலைதான்.

'இந்த வீடு உங்களுடையதா?'

'ஏன் பார்த்தால் எப்படித் தெரியுது?'

இல்லை என்றோ ஆமாம் என்றோ பதில் சொல்லாமல், வழவழா கொழ கொழா என்று இப்படிச் சொல்வது ஒரு டெக்னிக். சமயத்துக்கு உதவும்.

காச்மூச் டென்ஷன் பார்ட்டி!

'இதைக்கூட உங்களால செய்ய முடியலியா?'

'வேலைக்குச் சேர்ந்து இத்தனை வருஷமாச்சு. இன்னும் இந்த விஷயத்தை நீங்க கத்துக்கலையா?'

'இந்த மாதிரி செய்யாதீங்கன்னு எத்தனை தடவை சொல்லறது? திரும்பத் திரும்ப அதே தப்பை செய்யறீங்களே! உங்களுக்கு நாங்க எப்படி ப்ரமோஷன் தரமுடியும்?'

-பணியிடங்களில் தவறுகள் நடக்கும்போது, மேலாளர் இப்படி காச்மூச் சென்று கத்துவது உண்டு. பெரும்பாலும் எல்லார் முன்னிலையிலும் கத்தி விடுவார்கள்.

ஒன்றை இவர்கள் புரிந்துகொள்வதில்லை. இப்படிக் கத்துவதால் யாருக்கு என்ன லாபம்? ஏன் இப்படிக் கத்துகிறீர்கள் என்று அவரிடம் கேட்டுப் பாருங்கள். அவர் சொல்லும் பதில் என்ன தெரியுமா?

'இப்படி நாலு தடவை கத்தினாதான் ஸார் அவருக்குப் புத்தி வரும்!'

- இது தவறான அணுகுமுறை. இதனால் ஒரு பிரயோசனமும் கிடையாது-

1. உண்மையில், இப்படிக் கத்தினால் புத்தி வராது. கோபம்தான் வரும். எல்லார் முன்னிலையிலும் இப்படி இவர் அவமானப்படுத்தி விட்டாரே என்றுதான் தோன்றும். அடுத்த முறை சரிசெய்து கொள்ள லாம் என்று தோன்றவே தோன்றாது.

2. கத்துபவருக்கும் இதனால் ஒரு பிரயோஜனமும் இல்லை. வீணாக பி.பி. எகிறி, டென்ஷனும் படபடப்பும்தான் கூடும்.

மொத்தத்தில், தவறு செய்தவரும் திருந்தவில்லை. கத்துபவருக்கும் பலனில்லை. எனில், எதற்காக இப்படிக் கத்தவேண்டும்?

அதற்குப் பதிலாக, தவறு செய்த நபரைத் தனியாக அழைத்து, அவர் செய் துள்ள தவறைச் சுட்டிக்காட்டி, அதனால் ஏற்படும் விளைவுகளை எடுத்துச் சொல்லி, நல்லவிதமாகப் புத்திமதிகள் சொன்னால் அவரும் உருப்படுவார்; அநாவசிய டென்ஷனும் நீங்கும். பி.பி. எகிறவே எகிறாது!

ஒன்றை யோசித்துப் பாருங்கள். எல்லார் முன்னிலையிலும் நம்மை ஒருவர் குறைகூறினால் நமக்குப் பிடிக்குமா? நம்மை விடுங்கள். பிள்ளைகளைக்கூட அவர்களது நண்பர்களுடன் இருக்கும்பொழுது திட்டினால், அவர்களுக்குக் கோபமும் அவமானமும்தான் வரும்.

மனைவி முன்னால் கணவனைத் திட்டுவது, பிள்ளைகள் முன்னால் பெற்றவர் களைப் பேசுவது போன்றவை நிச்சயம் தவிர்க்கப்பட வேண்டியவை.

சொற்களால் சுடக் கூடாது!

சிலருக்கு, தங்களுக்குத்தான் எல்லாம் தெரியும் என்கிற நினைப்பு. 'சரி யில்லை', 'சுமார்' என்று பட்டுவிட்டால், பிய்த்து எடுத்து விடுவார்கள். இவர் களுக்கு விமரிசனப் புலிகள் என்று எண்ணம். குற்றம் கண்டுபிடித்தே மகிழ்ச்சியடைபவர்கள்.

சிலருடைய வார்த்தைகள் துப்பாக்கிக் குண்டு போல துளைத்துவிடும். சந் தேகம், பொறாமை, பயம் முதலிய உணர்வுகளால் தூண்டப்பட்டு, அடுத்த வரை வார்த்தைகளாலேயே காயப்படுத்தி விடுவார்கள்.

'தண்டச் சோறு!'

'நீங்க எல்லாம் ஏன் வேலை செய்ய வந்தீங்க?'

'இங்க வச்சிருந்த காசை நீ எடுத்தியா?'

முதல் வாக்கியம் - ஒருவரை கேவலப்படுத்தும்.

இரண்டாம் வாக்கியம் - ஒருவரை காயப்படுத்தும்.

மூன்றாம் வாக்கியம் - ஒருவரை அவமானப்படுத்தும்.

ஒரு தந்தையும் மகனும் பேசிக்கொண்டிருந்தார்கள்.

'மகனே! நீ மற்றவர்களை அதிகம் காயப்படுத்திப் பேசுகிறாய். குறைக்க

வேண்டும்!' என்றார்.

மகனுக்குப் புரியவில்லை.

'நீ எவரையும் காயப்படுத்திப் பேசிவிட்டால், ஒவ்வொரு முறையும் உடனே வீட்டின் பின்புறம் உள்ள மரத்தில் ஒரு ஆணி அடி!' என்றார்.

'சரி, அப்பா!'

வெகு சீக்கிரத்தில், அந்த மரம் முழுக்க ஆணிகள்.

மகன் பதறிவிட்டான். 'அப்பா இப்ப என்ன செய்யறது? எனக்கு, அந்த மரத்தைப் பார்க்கவே பிடிக்கலை!'

தந்தை ஓர் ஆலோசனை கூறினார்.

'யார் யாரை நீ காயப்படுத்திப் பேசினாயோ, அவர்களிடம் நல்லவிதமாகப் பேசு. அப்படி நீ பேசிவிட்டால், ஒரு ஆணியை அகற்றி விடலாம்.'

இந்த ஆலோசனை வேலை செய்தது. மகன் சந்தோஷமாக ஓடினான். சண்டை போட்ட எல்லாரிடமும் நல்லவிதமாகப் பேசினான்.

ஆணிகளும் குறைந்தன. மனபாரமும் குறைந்தது.

கதை இன்னமும் முடியவில்லை.

ஆணிகள் முழுக்க அகற்றப்பட்டபின், துள்ளிக்குதித்து அப்பாவை அழைத்துப்போய் மரத்தைக் காட்டினான். அவர் அவனை மிகவும் பாராட்டினார். பின்பு, அவன் பிஞ்சுக் கைகளைப் பிடித்து ஆணிகளை அகற்றிய இடங்களில் மரத்தில் வைத்து அழுத்தினார்.

'இப்ப எப்படி இருக்கு?'

மகனின் முகம் மாறியது.

தந்தை, அவன் தோள் மீது கையைப் போட்டுப் பேசினார்.

'ஆணியை நீ பிடுங்கியிருக்கலாம். ஆனால், அதனுடைய வடு மறைய நாளாகும்!'

சொல்லாமல் சொல்லவும்!

அதெப்படி சொல்லாமல் சொல்வது என்கிறீர்களா? சொல்லலாம்.

ஒரு விஷயத்தை ஒருவரிடம் சொல்லவேண்டும். அப்படிச் சொல்வதன் மூலம், அந்த நபர் காயப்பட வாய்ப்பிருக்கிறது. சொல்லாமல் இருக்கவும் முடியாது. எனில், எப்படிச் சொல்வது?

'உனக்கு இந்த வேலையே செய்யத் தெரியலை!' - இதுதான் சொல்ல வேண்டிய விஷயம்.

இதை நேரடியாகச் சொல்லாமல், கொஞ்சம் பட்டும் படாமலும் கூடச் சொல்லலாம். எப்படி?

'இதையே நீ இன்னும் கொஞ்சம் சிறப்பாகச் செய்திருக்கலாம்!'

இரண்டில், எதைச் சொன்னால் அவர் கேட்பார் என்று நினைக்கிறீர்கள்?

முதலில் அனுசரணை

அவர் ஒரு தொழிற்சாலையின் தலைமை அதிகாரி. அவருக்குக் கீழ், புதிதாக ஒரு பொறியாளர் வேலைக்குச் சேர்ந்தார். முதல் நாள் முதல் சந்திப்பு. மற்றொரு தொழிலகத்தில் ஏற்கெனவே வேலை செய்து அனுபவப்பட்டிருந்த அந்தப் பொறியாளர், இந்தத் தொழிலகத்தில் என்னவெல்லாம் புதிய தாகச் செய்து முன்னேற்றங்களைக் கொண்டு வரலாம் என்று ஆர்வமாகப் பேசினார்.

அவர் பேசுவதைக் கேட்டுக்கொண்டிருந்த தலைமை அதிகாரி, தனது தலையை அசைத்து அவர் பேசுவதை உன்னிப்பாகக் கவனித்தார். 'யூ ஆர் கரெக்ட்!' என்று இடையிடையே சொன்னார்.

புதிய பொறியாளரைக் கையில் பிடிக்க முடியவில்லை.

'அட, பரவாயில்லையே! நம்ம பாஸ் நாம சொல்றதைக் கேட்கறாரே. இன்னும் நிறைய ஐடியாஸ் கொடுக்கலாம் போல இருக்கே!'

அந்தப் பொறியாளர் அற்புதமாகத் தனது திறமையை வெளிப்படுத்த ஆரம்பித்தார்.

கவனித்துப் பாருங்கள். அந்தப் புதிய நபரால், எப்படித் திறமையாக வேலை செய்ய முடிந்தது? காரணம், அந்த உயர் அதிகாரியின் அணுகுமுறைதான்!

சரி. அப்படி என்ன பெரிதாகச் செய்துவிட்டார் அந்த உயர் அதிகாரி? ஒன்று மில்லை. அந்தப் புதிய மேலாளர் பேசும்பொழுது, அனுசரணையாகத் தலைய சைத்தார். பொறுமையாகக் கேட்டார். இடையிடையே அவரை ஊக்குவித்தார். அவ்வளவே!

சிலருக்கு, சிலது பிடிக்காது!

பேசும்பொழுது, ஒருவருக்குப் பிடிக்காததைப் பற்றிப் பேசுவதைத் தவிர்ப் பது நல்லது. அல்லது அவர்களின் மதிப்புக்கு உரியவரை, அவருக்குப் பிரிய மானவரைப் பற்றி, தவறாக, மரியாதைக் குறைவாகப் பேசக் கூடாது. அது சரியானது என்று நாம் நினைத்தாலும் கூட! தொடர்ந்து அதையே பேசினால், பின்பு அவர் நம்முடன் பேசுவதையே தவிர்த்து விடலாம்.

'அன்னைக்கு உங்களை அவ்வளவு பேர் சூழ்ந்துக்கிட்டு திட்டினாங்களே! அப்புறம் என்னாச்சு?'

'அப்புறம், கடைசிவரைக்கும் உங்களை அந்த நிகழ்ச்சிக்குக் கூப்பிட வேயில் லையா?'

'நீங்க எடுத்த படம் சரியா ஓடலேன்னு எல்லாரும் பேசிக்கறாங்களே. உங்
களுக்குத் தெரியுமா?'

'நீ ஆயிரம் சொன்னாலும், உங்க அப்பா கஞ்சம்தான்!'

- இப்படிப்பட்ட பேச்சுகள் தேவைதானா? இதனால் ஏதாவது சல்லிக்காசுக்குப்
பிரயோஜனம் உண்டா?

மனபாரம் குறையும்!

பேசுவது, கருத்துத் தெரிவிப்பதற்கு மட்டுமல்ல. அதனால் பல பலன்களும்
இருக்கின்றன. சிலருக்கு, பேசப் பேச மனபாரம் குறையும். யாரிடமாவது
அவர்களுக்குப் பேசியாக வேண்டும். எவ்வளவு பெரிய மனிதர்களாக இருந்
தாலும் சரி, எவ்வளவு உயரத்தில் இருந்தாலும் சரி. யாரிடமாவது மனம்
விட்டுப் பேச அவர்கள் விரும்புவார்கள்.

அது ஒரு தேவை.

'நான் ஒரு தீவு. யார்கிட்டேயும் மனம் விட்டுப் பேசமாட்டேன்!'

- இப்படி ஒருவர் அறிவித்தால், அதனால் நஷ்டம் யாருக்கு? பிறருக்கா
அல்லது அவருக்கா?

இப்படிப்பட்ட தீவு மனிதர்கள், தங்களைத் தாங்களே ஏமாற்றிக் கொள்
வார்கள். இவர்களுக்கு மன இறுக்கம் அதிகம் இருக்கும். இரத்த அழுத்தம்,
டிப்ரஷன் போன்ற அதீதமான உபாதைகளும் வரும்.

ஆதலினால் பேசுவீர்!

பிரச்னைகள் ஏற்படுத்தாதவர்களிடம் மனம் விட்டுப் பேச வேண்டும்.
ஏதாவது ஒரு யோசனை தோன்றினால், அதைச் செயல்படுத்துவதற்கு முன்
எவரிடமாவது பேசினால், முன் இருந்ததைவிட அதிகத் தெளிவு நமக்குக்
கிடைக்கும்.

சில திரைப்பட இயக்குனர்கள், திரைக்கதை முழுவதையும் தாங்களே
யோசித்து எழுதுவார்கள். வேறு சில இயக்குனர்கள், கதையை மற்றவர்
களுடன் விவாதிப்பார்கள். அதன்மூலம் கதைக்குக் கூடுதல் வலு ஏற்று
வார்கள்.

கேள்விகள் மூலம் தெரிவிப்பது

கேள்வி எழுப்புவது மிகவும் நல்லது. ஒருவரோடு பேசிக் கொண்டிருக்கும்
பொழுது தெரிந்துகொள்ள மட்டுமல்ல, தெரிவிக்கவும் கேள்விகள் உதவு
கின்றன. சிலருக்கு, இந்தத் திறன் மிக இயல்பாகவே அமைந்து இருக்கிறது.

மும்பை புறநகர் ரயிலில் குண்டுகள் வெடித்திருந்த சமயம். ரயிலில் குண்டு
கள் வெடித்தது மாலையில். அன்றைய இரவு, சென்னையில் இருந்து திருச்
சிக்கு ஒருவர் போக வேண்டும். முன்பதிவு செய்யப்பட்ட ரயில் டிக்கெட்
இருக்கிறது.

'வேண்டாம்! ரயில் டிக்கெட்டை ரத்து செய்துவிடுங்கள். பஸ்ஸில் அல்லது காரில் போய்விடுங்கள்!' என்கிறார் மனைவி.

உடன் வளர்ந்த பிள்ளையும் அதையே சொல்லுகிறான்.

'சேச்சே! இதெல்லாம் பார்த்தா எதுவுமே செய்ய முடியாது. போய்த்தான் ஆவேன்!' என்கிறார் அவர்.

அவர்கள் சொல்ல, இவர் மறுக்க, கொஞ்சநேரம் வாக்குவாதம்.

இருவரையும் உற்றுப்பார்த்த அந்த மகன், திடீரென்று ஒரு கேள்வி கேட்டான்:

'அப்பா! இதேபோன்ற ஒரு சூழ்நிலையில், என்னையோ அம்மாவையோ நீங்கள் ரயிலில் அனுப்புவீர்களா?'

பொட்டில் அடித்துபோல் என்பார்களே! அப்படி இருந்தது அந்த அப்பா வுக்கு!

அந்தப் புத்திசாலி மகனின் அர்த்தமுள்ள கேள்வி, அவருக்குப் பல விஷயங் களைப் புரியவைத்தது.

கேள்விகள் பலவிதம்

கேள்விகளில் பல வகை உண்டு.

- ★ நேரிடையான கேள்விகள்.

- ★ நிலைமையைச் சரியாகப் புரியவைக்கும் கேள்விகள்.

- ★ நிஜத்தைப் போட்டு உடைக்கும் கேள்விகள்.

- ★ பூடகமாக இருப்பதை வெளிப்படுத்தும் கேள்விகள்.

எப்படி வேண்டுமானாலும் கேள்விகளை எழுப்பலாம். நமக்குத் தேவை விடைகள். ஆனால் ஒன்று. நமது கேள்விகள் பிறரைப் புண்படுத்தாமல் இருக்க வேண்டியதும் அவசியம்.

புண்படுத்தாத கேள்விகள்

பதில்கள் வரும் முறையும், பதில்களின் தன்மையும், கேள்விகளையும் பொறுத்தே இருக்கிறது.

'நீ என்ன பெரிய இவனா?'

இப்படிக் கேட்டுவிட்டு, தன்மையான பதிலை எதிர்பார்க்க முடியுமா?

நாம் கேட்கும் கேள்விகள் அம்புகளைப் போல இருந்தால், திரும்ப என்ன வரும்? அம்புகள்தான்! வேறென்ன?

எதைக் கொடுக்கிறோமோ, அதைத்தான் பெறுவோம்!

●

அந்த இளைஞன், குறிப்பிட்ட ஒரு பெண்ணை தினமும் பேருந்து நிலையத் தில் பார்ப்பான். இருவருமே சில மாதங்களாக, அதே பேருந்து நிலையத்தில் இருந்து கிளம்புகிறார்கள். பார்த்துப் பழகிவிட்ட, பரிச்சயமாகிவிட்ட முகங்கள். ஆரம்பத்தில், தூரத்தில் இருந்து பார்த்தால் ஒரு சின்ன புன்ன கையைப் பரிமாறிக் கொள்வார்கள். இந்தப் பழக்கம் கொஞ்சநாள் தொடர்ந்தது.

அந்தப் பெண்ணிடம் இளைஞன்தான் முதலில், 'குட் மார்னிங்!' என்று ஒரு நாள் சொன்னான்.

சின்ன தயக்கத்துக்குப் பிறகு அந்தப் பெண்ணும் 'குட்மார்னிங்!' என்றாள் பதிலுக்கு. அடுத்தடுத்த நாள்களும் அப்படியே. வேறு எதுவும் பேசிக் கொள்ள மாட்டார்கள். காத்திருந்து தங்கள் பேருந்து வந்ததும், ஏறிப் போய் விடுவார்கள்.

இப்படியே போய்க்கொண்டிருந்தது.

ஒருநாள், அந்த இளைஞனின் மனத்தில் சின்னதாக ஒரு ஈகோ. 'அதென்ன! எப்பொழுதும் நாமே முதலில் குட்மார்னிங் சொல்ல வேண்டியுள்ளது. அந்தப் பெண்ணும் முதலில் சொல்லலாமே!'

அடுத்த நாள், அந்தப் பெண் வருகிறாள். இவன் அவளைப் பார்க்கிறான். ஆனால், குட் மார்னிங் சொல்லவில்லை. அந்தப் பெண்ணும் அமைதி யாகவே நிற்கிறாள்.

இப்படியே சில நாள்கள் கழிகின்றன. இவனும் பேசுவதில்லை. அவளும் பேசுவதில்லை.

பொறுத்துப் பொறுத்துப் பார்த்த அவன், ஒரு நாள் வெடித்துவிட்டான்.

'என்னங்க? நீங்க முதல்ல ஒரு குட்மார்னிங் சொல்லக் கூடாதா? நான் சொன்னாத்தான், நீங்க சொல்லுவீங்களா?'

நிமிர்ந்து அவனை, தீர்க்கமாக ஒரு பார்வை பார்த்தாள் அந்தப் பெண்.

'இதோ பாருங்க! எனக்கு இதெல்லாம் பிடிக்காது, சாரி!' என்று சொல்லிவிட்டு வேறுபக்கம் திரும்பிக்கொண்டு விடுகிறாள்.

கதை முடிந்தது.

இந்தக் கதை நல்லபடியாகத் தொடர்ந்திருக்க வேண்டுமானால், ஒரு சிறிய மாற்றம் நிகழ்ந்திருக்கவேண்டும். அதாவது, அவனது கேள்வியில் ஒரு மாற்றம் இருந்திருக்க வேண்டும்.

'என்னங்க! நீங்க முதல்ல ஒரு குட்மார்னிங் சொல்லக் கூடாதா? நான் சொன்னாத்தான், நீங்க சொல்லுவீங்களா?'

இப்படிக் கேட்பதற்குப் பதிலாக, அவன் வேறு மாதிரி கேட்டிருக்க வேண்டும்.

'இன்றைக்கு உங்க வாயால, குட்மார்னிங் கேட்கிற வாய்ப்பு எனக்குக் கிடைக் காம போயிடுமோன்னு பயமாக இருக்குங்க!'

ஒருவேளை அவன் இப்படிக் கேட்டிருந்தால், அவள் பதில் என்னவாக இருந் திருக்கும் தெரியுமா?

'ஒ, சாரி! நான் உங்களைக் கவனிக்கவேயில்லை! குட்மார்னிங், குட்மார்னிங், குட்மார்னிங்! போதுமா?'

இரண்டில், எந்தக் கதை நன்றாக இருக்கிறது?

இந்தக் கதையின் நீதி என்ன? எல்லா சூழ்நிலைகளிலும், எல்லோரிட மிருந்தும் பாசிட்டிவான வார்த்தைகளைப் பெற்றுவிட முடியும். அப்படிப் பெற வேண்டுமானால், நமது கேள்வியும் பாசிட்டிவாக இருக்க வேண்டியது அவசியம்.

சில நேரங்களில், சில கேள்விகள்:

பிரச்னை : 1

சிலர் 'வளவள' வென்று பேசிக்கொண்டேயிருப்பார்கள். சுற்றி வளைப் பார்கள். பிரச்னையை திசைதிருப்புவார்கள். நம்மை முட்டாளாகக்கூடப் பார்ப்பார்கள். கொஞ்சம் கவனித்துவிட்டு, அவர்களின் நோக்கம் செயல்பாடு புரிந்ததும், 'உங்களுக்கு இப்ப என்ன வேணும்?' அல்லது 'மொத்தத்தில் என்ன சொல்ல வருகிறீர்கள்?' என்பது போலக் கேட்கலாம்.

பிரச்னை : 2

சிலர், தர்மசங்கடமான கேள்விகளை, பதில் இல்லாத கேள்விகளை, சாமார்த் தியமாக, பலரும் இருக்கும்பொழுது நம்மிடம் கேட்பார்கள். அவர்களைச் சமாளிக்க, தடுமாறவே வேண்டாம். அதே கேள்வியை பத்திரமாகத் திருப்பி, அவர்களையே, பதறாமல் கேட்க வேண்டும். அதே அக்கறையான முகபா வத்துடன்!

'கரெக்ட்! அந்தப் பிரச்னை இருக்கத்தான் செய்யுது. அதுக்கு என்ன செய்ய லாம்? உங்க யோசனை என்ன? என்ன செஞ்சா, அது தீரும்னு நீங்க நினைக் கிறீங்க?'

இப்படி ஒரு எதிர்க்கேள்வியை அவர்கள் எதிர்பார்த்திருக்க மாட்டார்கள். தடுமாறி விடுவார்கள். அவர்கள் நோக்கம் நம்மிடமிருந்து சரியான பதிலைப் பெறுவது அல்ல. வெறுமனே கேள்வி கேட்பது, சங்கடப்படுத்துவது. இப்படிச் செய்வதன் மூலம் கிடைக்கும் சந்தோஷம் மட்டும்தான் அவர் களுக்கு முக்கியம். இதற்கு நம்முடைய அணுகுமுறை எப்படி இருக்க வேண்டும்? முள்ளை, முள்ளால் எடுப்பது போல்!

பிரச்னை : 3

சமயத்தில், பேச்சு வார்த்தை, உரையாடல்களில் சிரமம் ஏற்படுவதற்குக் காரணம், பேச்சு நகர்ந்து நகர்ந்து, குறிப்பாக, சின்னச் சம்பவங்கள்,

பிரச்னைகளுக்குள் போய் மாட்டிக் கொண்டு விடுவதுதான். அவை குறுக்குச் சந்துகள் போல. உள்ளே போய்விட்டால், திரும்ப வெளியே வர வழி தெரியாது.

அதுபோன்ற சமயங்களில், உதறிக்கொண்டு, குறிப்பாக, சிறிய விவாதங் களில் இருந்து வெளிவந்துவிட வேண்டும். குறுக்குச் சந்துகளில் இருந்து நெடுஞ்சாலைக்கு வந்துவிடுவது போல.

விசாலமான கேள்விகளைக் கேட்க வேண்டும்.

'சரி. அதெல்லாம் பிறகு பேசிக்கலாம். நிதி வசூலுக்கு என்ன செய்யலாம்? இப்ப அதைப்பத்தி மட்டும் பேசுவோமா?'

'நீங்க என் நிலைமையில் இருந்தா என்ன பண்ணுவீங்க?'

- இப்படிக் கேட்பதன் மூலம், எதிரணியில் இருப்பவரை நீங்கள் சிந்திக்க வைக்கிறீர்கள்.

பிரச்னை : 4

அந்த எலெக்ட்ரீஷியனின் பிரச்னை, அடிக்கடி லீவு போடுவது. 'எங்க பாட் டிக்குக் காது குத்தறாங்க ஸார்!' என்ற காரணத்தை மட்டும்தான் அவர் இது வரை சொன்னதில்லை. மற்றபடி, உலகிலுள்ள அத்தனை பிரச்னைகளையும் சொல்லி லீவு வாங்கிவிடுவார்.

அவரது தவறை எப்படிப் புரியவைப்பது?

அதற்கும் கேள்விகள்தான் உதவுகின்றன. இது போன்ற ஆசாமிகளைச் சமாளிப்பதற்காகவே 'கற்பனைக் கேள்விகள்' என்று ஒரு டைப் உண்டு.

'ஒரு வேளை நீங்க வராத அன்னிக்கு ஜெனரேட்டரும் வேலை செய்யலைன்னு வச்சிக்கங்க. கரெண்ட் போயிடுது. என்ன ஆகும்? ப்ரொடக்ஷன் நின்னுடும். அதோட பழியை யார் மேல போடுவாங்க? உங்க மேலதான். நீங்க மட்டும் ஒழுங்கா ஆபீசுக்கு வந்தா இந்த அநாவசியப் பிரச்னைகள் வருமா?'

கொஞ்சம் பயமுறுத்தல்; ப்ளஸ் கொஞ்சம் கற்பனை - இதுதான் விஷயம்!

முடிவெட்டுகிற கடையில், முன்பெல்லாம் எதிர் எதிர்ப்பக்கச் சுவர்களில் முகம் பார்க்கும் கண்ணாடி இருக்காது. முடிவெட்டுபவர் நம் கையில் ஏழு கண்ணாடியைக் கொடுத்துவிட்டு, அவர் நம் தலைக்குப் பின்புறம் அவர் ஒரு கண்ணாடியைப் பிடித்துக் கொண்டுதான் முடிவெட்டி, பிறகு தலையின் பின்புறம் எப்படி இருக்கிறது என்பதை நமக்குக் காட்டுவார். அப்படி 'கண்ணாடி காட்டுவது' போன்றவைதான் கற்பனைக் கேள்விகள்.

பிரச்னை : 5

சிலர் தவறான நோக்கங்களுடன், நம்மைச் சங்கடப்படுத்தும் விதமாக வேண்டுமென்றே சில கேள்விகளைக் கேட்பார்கள். நமது தனிப்பட்ட விஷ யங்களை, இழப்புகளை, பலவீனங்களை, அந்தரங்கங்களைக் கேட்பார்கள்.

அவர்களைச் சமாளிப்பது எப்படி?

இப்படிக் கேட்பவர்களுக்கு பதில் சொல்ல வேண்டியதில்லை. கொஞ்சம் நிதானித்துக்கொண்டு, அவர்களைப் பிடித்து நாமும் நான்கு கேள்விகள் கேட்க வேண்டும்.

'ஏன் அப்படிக் கேட்கிறீர்கள்?'

'அந்தத் தகவல் உங்களுக்கு எதற்கு?'

'இதைத் தெரிஞ்சுக்கிட்டு நீங்க என்ன செய்யப் போறீங்க?'

'அதைத் தெரிஞ்சுக்கிறதால உங்களுக்கு ஏதாவது பிரயோஜனம் இருந்துச் சுன்னா சொல்லுங்க, நான் பதில் சொல்றேன்!'

கேள்விக்குப் பதிலாக இன்னொரு கேள்வி கேட்டு மடக்க வேண்டும். கேள்வி கேட்பவரின் நோக்கத்தைப் புரிந்துகொண்டு, அந்த வலையில் விழுந்து விடாமல், 'இது வலை என்று எனக்குத் தெரியும்!' என்று அதைத் தாண்டி நடப்பதுதான் இது.

மௌன மொழி

மொழி என்பதே வார்த்தைகள் சார்ந்ததுதான். பிறகு அதில் என்ன மௌன மொழி? இருக்கிறது.

சிலசமயங்களில் பேச்சுகளை விட, தகவல்கள், செய்திகள், உணர்வுகளைத் தெரிவிக்க சிறந்த வழி - மௌனம்தான்!

'கருத்துப் பரிமாற்றத்தில், சொல்வதைக் கவனிப்பதைப் போலவே, சொல் லாததையும் கவனிக்க வேண்டும். அதுவும் முக்கியம்!' என்கிறார் பீட்டர் டிரக்கர்.

ஒருவர் மீது, கடுமையான குற்றச்சாட்டுகள் முன்வைக்கப்படுகின்றன. குற்றம் சாட்டப்பட்டவர், ஏதும் பேசாமல் அமைதி காத்தால், அதற்கு என்ன பொருள்? அவர் பேசாமல் தெரிவிப்பது என்ன? ஒப்புக்கொள்கிறேன் என்ப தைத்தானே!

சொல்ல வேண்டிய இடத்தில், சொல்ல வேண்டிய நேரத்தில் வாயை மூடிக் கொண்டு மௌனமாக இருப்பதே எதையோ தெரிவிப்பதுதான்.

'நீ என்னை விரும்புகிறாயா?'

இந்தக் கேள்விக்கு மௌனமாக இருந்தால் என்ன பொருள்? விரும்பவில்லை என்பதுதானே!

மௌனம் சம்மதம் என்பதெல்லாம் சினிமாவுக்கு மட்டுமே சரி!

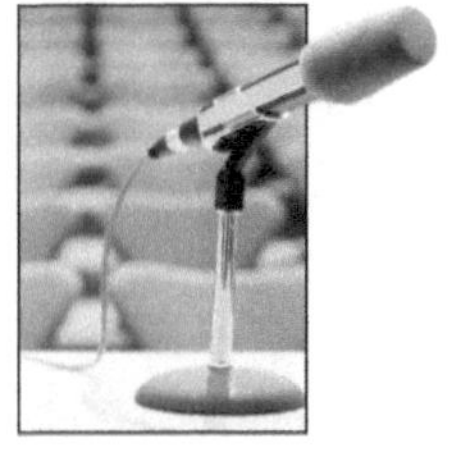

4. வெற்றி ஒரு கேள்விக்குறி!

தகவல் பரிமாற்றம் என்றாலே பேசுவதுதான் என்று பலர் நினைக்கிறார்கள். அதுவும் எப்படி? நாம்தான் பேச வேண்டும். நாம் பேசுவதைப் பிறர் கேட்க வேண்டும். எதைப் பற்றியாவது பேசாவிட்டால் சிலருக்கு மண் டையே வெடித்துவிடும். கூப்பிட்டு உட்கார வைத்து, மணிக்கணக்கில் கதை பேசுவார்கள்.

நம் அனைவருக்கும் பேசப் பிடிக்கும். சரி. பிறர் பேசு வதைக் கேட்பதில் எத்தனை பேருக்கு ஆர்வம் இருக் கிறது?

மற்றவர்கள் என்ன பேசுகிறார்கள் என்பதைக் கவனிக் காமல் நம் பாட்டுக்கு பேசிக்கொண்டே போனால் என்ன ஆகும்? பிரச்னைதான் வெடிக்கும் இல்லையா! பேசும் கலையைப் பழகிக்கொள்வதைப் போல், கேட்கும் கலையை வளர்த்துக்கொள்ளாததால் ஏற்படும் பிரச்னை தான் இது.

டென்னிஸ் விளையாட்டை எடுத்துக்கொள்ளுங்கள். உங்களது ஆட்டத்தைத் தீர்மானிப்பவர் நீங்கள் கிடை யாது. எதிரணியில் இருப்பவர்தான். அவர் பந்தை எப்படி சர்வீஸ் செய்கிறாரோ அதற்கேற்றாற்போல்தான் நீங்கள் விளையாட முடியும்.

'நான் இங்கேதான் நிற்பேன். என் பக்கமாகப் பந்தை அடி!' என்று சொல்ல முடியாது. உரையாடலும்

அப்படித்தான். உங்களுடன் உரையாடுபவர் எப்படிப் பேசுகிறார், எதைப் பேசுகிறார் என்பதைப் பொறுத்துத்தான் நீங்களும் பேசவேண்டும். அப் பொழுதுதான் அந்த உரையாடல் ஆரோக்கியமானதாக இருக்கும்.

ஆக, மற்றவர்கள் பேசுவதைக் கேட்பது மிக முக்கியமானது. இது ஒரு கலை. ஒரு வெற்றிச் சூத்திரமே இதில் அடங்கியுள்ளது.

ஓர் உதாரணம். நேர்முகத் தேர்வு நடந்துகொண்டிருக்கிறது. நம் ஹீரோ - கோட், சூட், டை எல்லாம் அணிந்துகொண்டு படு ஸ்மார்ட்டாக உள்ளே நுழைகிறார்.

சம்பிரதாயமாக முதல் கேள்வி கேட்கப்படுகிறது - 'உங்களைப் பற்றிக் கொஞ்சம் சொல்லுங்கள்.'

கேட்டு முடித்தததுதான் தாமதம். நம் ஹீரோ பேச ஆரம்பித்தார். தன் படிப்பு, தன் திறமைகள், தனக்குக் கிடைத்த பாராட்டுகள், தான் வேலை செய்த விதம், தனக்கு விருப்பமான வேலைகள், அவருக்குப் பிடித்த வாலிபால் பிளேயர், அவருக்குப் பிடித்த புத்தகம் - இப்படியாகப் பேசிக்கொண்டே போகிறார்...

'சரி. நீங்க கிளம்புங்க, பார்க்கலாம்!' என்று சொல்லி அவரை வீட்டுக்கு அனுப்பிவிட்டார் அந்த மேனேஜர்.

அருகிலிருந்த மற்றொரு அதிகாரி அவரிடம் கேட்கிறார்.

'என்ன ஆச்சு? பையன் ஓகேவா?'

'ம்ஹூம். இவன் சரிப்பட்டு வரமாட்டான்.'

'ஏன்? என்ன பிராப்ளம்? நல்லா ஸ்மார்ட்டா இருக்கான்! சூப்பரா இங்கிலீஷ் வேற பேசறான்!'

'என்ன பிரயோஜனம்? நிறைய பேசறானே!'

இன்றுவரை அந்தக் கம்பெனியிலிருந்து நமது ஹீரோவுக்கு செய்தி வர வில்லை. எப்படி வரும்?

விடாமல் பேசிக்கொண்டே இருந்தால் ஒதுங்கி விடுவார்கள் அல்லது ஒதுக்கி விடுவார்கள்.

மற்றவர்களைப் பேசவிட வேண்டும்!

பாலன் ஒரு நிறுவனத்தின் தலைமையதிகாரி. அவருடைய ஊழியர்களால் மிகவும் விரும்பப்படுபவர். அவர் அலுவலக வேலைகள் சம்பந்தமாக அடிக்கடி மீட்டிங் நடத்துவார். பெரும்பாலும், முக்கிய அதிகாரிகள் கலந்து கொள்ளும் பரிசீலனைக் கூட்டங்களாக அவை இருக்கும். பலரும் பலவித யோசனைகளைச் சொல்வார்கள். ஆனால் ஒவ்வொரு முறையும், பாலனின் யோசனைகள் மட்டுமே ஏற்றுக்கொள்ளப்படும்.

ஒரு வேளை அவர் தலைமையதிகாரி என்பதால் அவரது யோசனைகளை ஏற்றுக்கொள்கிறார்களா என்றால் அதுவும் கிடையாது.

எனில், அப்படி என்ன சொக்குப்பொடி போட்டார் அவர்?

அவரது ஸ்டைலைக் கவனியுங்கள். மீட்டிங் தொடங்கும். மனிதர் வாயைத் திறக்கவே மாட்டார். யார் எதைப் பேசினாலும் மறுப்பு சொல்ல மாட்டார். உடனடியாக ஏற்றுக்கொள்ளவும் மாட்டார். ஒவ்வொருவராக பேசச் சொல் வார். அத்தனை பேரும் அவரவர் யோசனைகளை, கடகடவென்று கொட்டு வார்கள்.

எல்லாரும் பேசி முடித்ததும், பாலன் தொண்டையைக் கனைத்துக்கொண்டு தனது பேச்சைத் தொடங்குவார்.

அறையில் நிசப்தம் தவழும். அவர் சொல்வதை அனைவருமே அக்கறை யுடன் கேட்பார்கள். எல்லாரும் வேண்டிய மட்டும் பேசியாகி விட்டது. அவர் களின் தேவைகளை அவர் நிறைவு செய்துவிட்டார். அவர்கள் தாகம் தணிந்து விட்டது. அதனால், கிட்டத்தட்ட அவர்கள் அடங்கிவிட்டார்கள்.

அவர் பேசி முடித்ததும், அவரது யோசனைகள் முழுமனத்துடன் அனைவ ராலும் அங்கீகரிக்கப்படும்.

பாலன் கற்றுக்கொடுக்கும் பாடங்கள்தான் என்னென்ன?

1. லொடலொட என்று பேசிக்கொண்டிருக்கக் கூடாது.

2. மற்றவர்கள் பேச அனுமதிக்கவேண்டும். ஒவ்வொருவருக்கும் அதற் கான வாய்ப்பை அளிக்க வேண்டும்.

3. நம்முடைய கருத்துகளைக் கூறவேண்டும் என்று நமக்கு எந்த அளவுக்கு விருப்பம் இருக்குமோ அப்படியேதான் மற்றவர்களுக்கும் இருக்கும்.

4. மற்றவர்களை முதலில் பேசவைப்பதால் இரண்டு பயன்கள். ஒன்று - அவரை நீங்கள் அங்கீகரிக்கிறீர்கள்; அவருடைய தேவையை நிறைவு செய்கிறீர்கள். இரண்டு - அவருடைய கருத்துகளை முழுமையாக உள் வாங்கிக் கொள்கிறீர்கள்; அதிலிருந்து நல்லவற்றைத் தேர்ந்தெடுத்துக் கொள்கிறீர்கள்.

சின்ன விஷயம், பெரிய விஷயம்

அல்மாமேட்டர் என்னும் அமைப்பை நடத்திவருகிறார்T.T. ரங்கராஜன். ஒரு பயிற்சி வகுப்பில் இவர் தெரிவித்த ஒரு கருத்து முக்கியமானது.

'மற்றவர்களுடைய சின்னச் சின்ன குறைகளை நாம் பொதுமைப்படுத்தி பேசாமல் இருந்தால், நாம் சொல்லும் பெரிய விஷயங்களை அவர்கள் காது கொடுத்துக் கேட்பார்கள்!'

எவ்வளவு பெரிய உண்மை!

குறைகள் சகஜம். நம் எல்லாரிடமும் குறைகள் உள்ளன.O அதைப் பெரிது படுத்தி மற்றவர்கள் மனம் வருந்தும்படி பேசுவதைத் தவிர்க்க வேண்டும்.

குறைகளைச் சொல்லவேண்டுமானால் தனியாக அழைத்துச்சென்று சொல்லவேண்டும்.

முனைந்து கேட்பது

சரி. பிறர் பேசுவதைக் கேட்கவேண்டும் என்று பார்த்தோம். எப்படி காது கொடுத்துக் கேட்க வேண்டும் என்று இனி பார்ப்போம்.

பத்துக் கட்டளைகள் தெரியும். இது பதினைந்து கட்டளைகள். வெற்றிபெற்ற அனைவரும் கடைப்பிடிக்கும் யுக்திகள் இவை:

1. கேட்பது என்பது முயன்று செய்யவேண்டியது. பேசுவதற்கு எப்படி நம்மைத் தயார் செய்துகொள்கிறோமோ அப்படியே கேட்பதற்கும் நம்மைத் தயார் செய்துகொள்ளவேண்டும். இது ஒரு கலை. கற்றுக் கொள்ளவேண்டிய கலை.

2. பேசுபவர் மீது நமது முழுக் கவனமும் இருக்க வேண்டும். புத்தகம் படித்துக்கொண்டே தலையாட்டுவது, எதையாவது யோசித்துக் கொண்டே 'ஆமாம்' போடுவது போன்றவை தவிர்க்கப்படவேண்டும்.

3. பேசுபவரின் உடைகள், உடலசைவுகள் முதலியவற்றின் மீது நம் கவனம் போவதைத் தவிர்க்க வேண்டும். பேசுபவர் கண்களைப் பார்ப் பதுதான் நல்லது.

4. ஒருவர் பேசும்பொழுது, இடையில் எழுந்து போவதோ வேறு வேலைகள் செய்வதோ வேண்டாம். அவை பேசுபவரின் கவனத்தைச் சிதறடிக்கும்.

5. அடுத்தவர் பேசுவதைக் கேட்கும் பொழுது, நாம் இடையே பேசாமல் இருக்க வேண்டும். சந்தேகங்கள் வரலாம். மறுத்துப் பேச நேரிடலாம். ஆனால் அதற்காக, இடையில் புகுந்து களேபரம் செய்துவிடக் கூடாது. முதலில் முழுமையாகக் கவனிக்க வேண்டும்.

6. இப்படி வைத்துக்கொள்வோம். பேசுபவர் நம் கருத்துக்கு முரண்படு பவர். நமக்கும் அவருக்கும் ஒத்துவராது. எனில், அவர் பேசும்பொழு தும் நாம் சும்மா இருக்கத்தான் வேண்டுமா? ஆமாம். சும்மாதான் இருக்கவேண்டும். எதிர்மறை எண்ணங்களை உதைத்துத்தள்ளிவிட்டு கவனிக்கவேண்டும்.

7. ஒருவர் பேசிக்கொண்டிருக்கும்பொழுதே நம் மனத்துக்குள் அவருக்கு எழுப்பவேண்டிய கேள்விகளை, தெரிவிக்க வேண்டிய மறுப்புகளை தயார் செய்துகொள்வது தவறு. மற்றவர்கள் பேசும்பொழுது நாம் எதைப் பற்றியும் யோசிக்கக் கூடாது. முழுமையாகக் கேட்க வேண்டும்.

8. சரி. கேட்டு முடித்த பின் உடனே நமது மறுப்பைத் தெரிவிக்க ஆரம் பிக்கலாமா? கூடாது. அவர் மீண்டும் பேச ஆரம்பிக்கலாம். மறந்து போன எதையாவது தெரிவிக்கலாம். அதனால், கொஞ்சம் பொறுமை காப்பது நல்லது.

9.   'அவர் என்ன சொல்லப் போகிறார் என்று எனக்கு ஏற்கெனவே தெரியுமே!' என்பது போன்ற ஊகங்கள் வேண்டாம்.

10. வார்த்தைகள் மட்டும் முக்கியம் அல்ல; பேசுபவரின் உடல் மொழி யும் முக்கியம். பேசுபவரை உன்னிப்பாகக் கவனித்தால், அவரது உடல் மொழியை நம்மால் படித்துவிட முடியும். கண்கள், கைகளை அசைக்கும் விதம், தலையை அசைக்கும் விதம் என்று பல விஷயங் களைக் கவனிக்கக் கற்றுக்கொள்ள வேண்டும். வார்த்தைகள் சொல்லத் தவறும் தகவல்கள் பலவற்றை உடல்மொழி தெரிவித்துவிடும்.

11. பிறர் பேசும்பொழுது குறுக்கிடக் கூடாது என்பது எந்த அளவுக்கு முக்கியமோ, அந்த அளவுக்கு முக்கியமானது ஜடமாக இல்லாமல் இருப்பதும்! நம்முடைய உணர்ச்சிகளை அவ்வப்பொழுது வெளிப் படுத்தலாம். தவறே இல்லை. இடையே ஒரு 'அட!' போடலாம். 'ஆச்சரியமா இருக்கே!' என்று வியக்கலாம். இது பேசுபவர்களுக்கு ஊக்கமளிக்கும்.

12. வார்த்தைகள் கூட வேண்டாம். கண்களை விரித்து ஆச்சரியப்படலாம். புன்முறுவல் செய்யலாம். தலைஅசைக்கலாம்.

13. பேசி முடித்தவுடன், 'சரி, அப்ப வரட்டுமா?' என்று சொல்லி எழுந்து போய்விடக் கூடாது. அவர் பேசிய விஷயங்கள் பற்றிய நம்முடைய கருத்தைத் தெரிவிக்க வேண்டும். விவாதிக்கவேண்டும்.

14. குறுக்கு விசாரணை செய்வதைத் தவிர்க்கவேண்டும். 'கீழே விழுந் தேன்னு சொன்னீங்க. எங்கே விழுந்தீங்க? எப்போ விழுந்தீங்க? ஏன் விழுந்தீங்க? அப்ப மணி என்ன? சம்பவம் நடந்தப்போ உங்களோட யார் யாரெல்லாம் இருந்தாங்க?' போன்ற விசாரணைகள் வீணானவை.

15. முடித்தால் ஓர் உபகாரம் செய்யலாம். சம்பந்தப்பட்டவர் பேசி முடித்த வுடன், அவர் பேசியதை எந்த அளவுக்கு நீங்கள் புரிந்துவைத்திருக் கிறீர்கள் என்று அவருக்குச் சொல்லிவிடலாம். அவரது பேச்சின் சாராம்சத்தை, சுருக்கமாக அவருக்குத் தெரிவிக்கலாம்.

இது அவரை முழுமையாகத் திருப்திபடுத்தும்.

வெற்றி பெற்றவர்களின் லிஸ்டை எடுத்துப் புரட்டினால், ஒன்றைத் தெரிந்துகொள்ள முடியும். பேச்சாளர்களைவிட, கேட்பாளர்களே அதிகம்.

பேச்சாளர்களிடமிருந்து எப்படி நாம் நிறைய விஷயங்களைக் கற்றுக்கொள்ள வேண்டுமோ அதே போல, கேட்பாளர்களிடமிருந்தும் நாம் நிறைய கற்றுக் கொள்ள வேண்டும்.

சரி. அவர்களை எப்படிக் கண்டுபிடிப்பது?

1.   யாராவது பேசும்பொழுது, இவர்கள் ஆலோசனைகள், அறிவுரைகள் தந்துகொண்டிருக்க மாட்டார்கள். மாறாக கேட்பார்கள்; கேட்க மட்டுமே செய்வார்கள்.

2. கேட்கச் சொல்வதாலேயே, 'நம்மை, அவர்களின் பிரச்னையை தீர்க்கச் சொல்லிவிட்டார்கள்' என்று கற்பனை செய்துகொள்ள மாட்டார்கள்.

3. பேசுபவருடைய பயங்களை, சந்தேகங்களைக் கேலி செய்ய மாட் டார்கள். குறைத்து மதிப்பிடமாட்டார்கள். அவருடைய உணர்வுகளை மதிப்பார்கள்.

4. ஒருவர் பேசுவதைக் கேட்கிறோம் என்றால், அது அவருக்குச் செய்யும் உதவி என்று நினைப்பார்கள்.

மனத்தால் கேட்பது!

காதால் கேட்பது மட்டும் முக்கியமல்ல. மனத்தாலும் கேட்க வேண்டும்.

பிறர் பேசுவதை முழுமையாக உள்வாங்கிக்கொள்ள வேண்டும். அவர்களு டைய இடத்தில் நம்மைப் பொருத்திப் பார்க்க வேண்டும். ஆங்கிலத்தில் இதனை Empathetic Listening என்று சொல்வார்கள். Sympathy என்றால் பரிதாபப்படுவது. Empathy என்றால் பேசுபவருடன் ஒன்றிவிடுவது.

அனுசரணையாகவும் ஆறுதலாகவும் பேசுவது மிகவும் முக்கியமானது. ஒருவர் என்ன பேசினார் என்பதைவிட, அவர் என்ன பேச விரும்பினார் என்பதை அறிந்து பேசுவது முக்கியமானது. Empathy இங்கேதான் தொடங்குகிறது.

ஆதரவாகத் தோள்கொடுப்பது என்பார்களே! அப்படி தோள் கொடுக்கும் நபர், நம் அனைவருக்கும் தேவைப்படுகிறார். தம்முடைய கஷ்டங்களை ஒருவர் நம்மிடம் மனம் விட்டுச் சொல்கிறார் என்றால், அது அவர் நமக்குக் கொடுக்கும் மரியாதை!

அவர் நம்மிடம் எதிர்பார்ப்பது என்ன? அவர் சொல்வதை நாம் கேட்க வேண்டும் என்றுதானே?

முகத்தின் அழகு!

முகம் ஒரு கண்ணாடி என்று சும்மாவா சொன்னார்கள்?

நாம் பேசும் விஷயம் ஒருவரைச் சங்கடப்படுத்துகிறதா அல்லது சந்தோஷப் படுத்துகிறதா என்பதை அவர் வெளிப்படுத்தும் உணர்வுகளிலிருந்தே தெரிந்துகொள்ள முடியும். குறிப்பாக, அவரது முகத்தைப் பார்த்தாலே தெரிந்துவிடும்.

'அடடே! வாங்க சார் வாங்க! எப்போ வந்தீங்க?'

அவரது வாய்தான் இப்படிச் சொல்லும்.

உண்மையில் அவர் தெரிவிக்க விரும்பும் செய்தி என்ன தெரியுமா?

'ஐயோ! இவன் ஏன் இங்கே வந்தான்?'

நேரடியாக இப்படிச் சொல்ல முடியுமா? முடியாது. ஆனால், அவர் உண்மையில் சொல்ல விரும்புவது என்ன என்பதை அவரது உடல்மொழி காட்டிக் கொடுத்துவிடும்.

அதை நாம் கண்டுபிடித்துவிட்டால், 'சரி. நாம அடிக்கடி வந்துட்டுப் போறது இவருக்குப் பிடிக்கலை போல!' என்று நம்மால் ஊகித்துக்கொள்ள முடியும்.

ஒரு வேளை இப்படி ஊகிக்க முடியாமல் போனால் என்ன ஆகும்? உடல் மொழி அத்தனை முக்கியமானதா? பேச்சாளர் பெரியசாமியின் கதையைக் கேளுங்கள். உங்களுக்கே புரியும்.

பேச்சாளர் பெரியசாமியின் கதை

மிகப் பெரிய பதவியில் இருப்பவர் இவர். நிறையப் படித்தவர். நிறையப் பொதுக்கூட்டங்களில் கலந்துகொள்பவர். எல்லாருக்கும் நன்கு தெரிந்த நபரும் கூட. ஒரு பயிற்சிக் கூடத்தில் உரையாற்ற ஒருமுறை இவரை அழைக் கிறார்கள். பெரியசாமி பந்தாவாக வந்து சேர்கிறார். கூட்டம் தொடங்குகிறது. முதல் பேச்சாளரே இவர்தான்!

நிகழ்ச்சித் தொகுப்பாளினி கொஞ்சும் குரலில் இவரை அறிமுகப்படுத்தி வைக்கிறார்.

'இப்பொழுது மதிப்பு வாய்ந்த பெரியசாமி அவர்கள் பேசுவார்கள்!'

பெரியசாமி பெருமிதத்தோடு எழுந்து வந்து மைக்கைப் பிடித்தார். கூட்டத் தினரை ஒருமுறை பார்த்தார். தொண்டையைச் செருமிக்கொண்டார்.

'என் பிரியமான பார்வையாளர்களே! நான் எனது உரையை ஆரம்பிக்கிறேன்!'

- இப்படித்தான் சாத்வீகமான முறையில் ஆரம்பித்தார். பிறகு, பேசினார், பேசினார், பேசிக்கொண்டே இருந்தார். மைக்குக்கு வாய் இருந்தால் அலறி யடித்துக்கொண்டு ஆட்டோ பிடித்து வீட்டுக்கு ஓடியிருக்கும்.

பெரியசாமி எதைப் பற்றியும் கவலைப்படுபவராகத் தோன்றவில்லை. எக்ஸ் பிரஸ் டிரெயின் போல் நான்-ஸ்டாப்பாக பேசிக்கொண்டே போகிறார். சம் பந்தா சம்பந்தம் இல்லாமல் ஜோக் அடிக்கிறார். சொல்லி முடித்துவிட்டு அவரே சிரித்துக்கொள்கிறார்.

திடீரென்று உருக்கமாக ஏதோ சொல்கிறார். திடீரென்று குரல் உச்சஸ்தாயிக்கு எகிறுகிறது.

பார்வையாளர்களின் பாடு திண்டாட்டம்தான். நெளிகிறார்கள். தேவை யில்லாத இடங்களில் கைதட்டுகிறார்கள். சாதாரணமாகப் புன்னகைக்க வேண்டியதற்கு, வாய்விட்டு கைதட்டிச் சிரிக்கிறார்கள். உருக்கமாக அவர் ஏதோ சொல்லிக்கொண்டிருக்கும்பொழுது துள்ளிக் குதித்து சிரிக்கிறார்கள்.

பெரியசாமிக்கு எதுவுமே புரியவில்லை. இவ்வளவு பேர் 'ரசித்து' சிரிக்கிறார் களே என்று அவருக்கு ஏகப்பட்ட குஷி.

பாவம் தொகுப்பாளினி! நெயில் பாலிஷ் நகத்தை, கடித்துக் கடித்துத் துப்பிக் கொண்டிருக்கிறார். என்ன செய்வது என்றே அவருக்குப் புரியவில்லை.

மேடையில் இருந்த மற்றொரு பேச்சாளர், தொகுப்பாளினியை அருகில் அழைக்கிறார்.

'நம்ம பெரியசாமி, இப்போதைக்கு நிறுத்த மாட்டாருன்னு நினைக்கிறேன். என்ன செய்யலாம்?'

'பேசாம சீட்டு எழுதி கொடுக்கலாமா?'

கொடுத்தார்கள்.

நம்ம பெரியசாமி என்ன செய்தார் தெரியுமா? அந்தச் சீட்டை வாங்கி சட்டைப் பாக்கெட்டில் செருகிக்கொண்டு, மீண்டும் தனது உரையை ஆற்றத் தொடங்கி விட்டார்.

தொகுப்பாளினி அலறாத குறைதான்.

'இப்ப என்ன சார் செய்யறது?'

இந்த முறை அவர்களுக்கு வேறுவழி தெரியவில்லை. ஒரு துணிச்சலான நபர் எழுந்து, பெரியசாமியின் சட்டையைப் பிடித்து இழுக்க வேண்டியதாகி விட்டது.

'மற்றவர்கள் பேச வேண்டியிருப்பதால், என்னுடைய சிற்றுரையை இத் துடன் முடித்துக்கொள்கிறேன். நன்றி, வணக்கம். மீண்டும் சந்திப்போம்!'

பெரியசாமி தன் இருக்கைக்குத் திரும்பிவிட்டார். ஒரு பெரிய கும்பிடு போட்டது கூட்டம்.

பெரியசாமி செய்த தவறுகள் என்னென்ன?

1. எத்தனை நேரம் பேசவேண்டும், எதைப் பற்றிப் பேசவேண்டும் என்று எதையும் தெரிந்துகொள்ள முயற்சிக்காமல் தன் இஷ்டத்துக்குப் பேசியது.

2. மற்றவர்கள் பேச இருக்கிறார்களே, அவர்களைப் பேசவிடாமல் நாமே மணிக்கணக்கில் பேசிக்கொண்டு இருக்கிறோமே என்று உணராமல் போனது.

3. பார்வையாளர்களின் ரியாக்ஷனை கடுகளவும் புரிந்துகொள்ளாமல் இருந்தது. தேவையில்லாத இடத்தில் அவர்கள் கைதட்டும்போதே, இவர் புரிந்துகொண்டிருக்கவேண்டும். செய்யவில்லை.

மொத்தத்தில், நமது பெரியசாமியால் பிறரது உடல்மொழியைப் புரிந்து கொள்ள முடியவில்லை. அப்படி செய்யத் தவறியதால் அவருக்கு ஏற்பட்ட மிகப் பெரிய இழுப்பு பார்வையாளர்களின் எகத்தாளத்துக்கு ஆளானதுதான்.

●

நம்மீது அதிக அன்பு காட்டுபவர்கள் யார்? நமது தாய் / தந்தை அல்லது மனைவி / கணவன் அல்லது பிள்ளைகள் - இல்லையா? இவர்கள் நம்மீது

அன்பு செலுத்துகிறார்கள் என்பதை அவர்கள் நமக்கு எப்படித் தெரியப் படுத்துகிறார்கள்?

நீட்டி முழுக்கி ஒரு மணிநேரம் பேசுவதாலா? 'உன் மீது நான் மிக மிக அதிக மான அன்பு வைத்திருக்கிறேன்!' என்று வசனமா பேசுகிறார்கள்? கிடையாது.

'என்னம்மா! ஏன் ஒரு மாதிரியா இருக்கே?'

ஒரே ஒரு வாக்கியம்தான். ஆனால், வாஞ்சையுடன் சொல்லப்பட்ட வாக் கியம். பக்கத்தில் அமர்ந்து, அக்கறையுடன் இப்படி ஒருவர் கேட்டால், குழைந்துவிட மாட்டோம்?

Non-verbal Communication என்றொரு வகை உண்டு. அதில் அடங்கும் சங்கதி இது. Verbal என்றால் நேரடியாகப் பேசுவது. Non-verbal என்பது மறைமுகமாக, வார்த்தைகளால் அல்லாது செய்கைகளால் எண்ணத்தைத் தெரியப்படுத்துவது. எதெல்லாம் non-verbal? எப்படிக் கண்டுபிடிப்பது?

- கலங்கும் கண்கள்
- நடுங்கும் விரல்கள்
- உதறும் கால்கள்
- படபடக்கும் நெஞ்சு
- குனியும் தலை
- குவியும் கைகள்
- முன்னும் பின்னும் அசைக்கப்படும் ஆட்காட்டி விரல்
- உயர்த்தப்படும் கட்டை விரல்
- தரையில் அரைவட்டமடிக்கும் பெண்களின் கால் கட்டை விரல்

இன்னபிற...

இவையெல்லாம் சொல்வது, வாய் வார்த்தைகளைக் காட்டிலும் வலுவான தகவல்கள் / செய்திகள் அல்லவா?

- கால் மேல் கால் போட்டுக்கொண்டு உட்காருவது
- எதிரில் நாம் வந்தால், ஒதுங்கி நின்று வழிவிடுவது
- இரண்டு கால்களையும் அகட்டி, இடுப்பில் கைகளை வைத்து நிற்பது
- வெறித்துப் பார்ப்பது
- முறைத்துப் பார்ப்பது
- பல்லைக் கடிப்பது
- கைகளைப் பிசைவது
- கைகொட்டி சத்தமாகச் சிரிப்பது
- நமட்டுச் சிரிப்பு சிரிப்பது
- உதட்டைப் பிதுக்குவது
- கண்களைச் சிமிட்டுவது
- பழிப்பு காட்டுவது

- கையை ஓங்குவது
- முதுகில் தட்டிக்கொடுப்பது
- தோள்களை அணைத்துக்கொள்வது
- ஆரத் தழுவுவது
- இறுகக் கைகுலுக்குவது
- தோளில் கைபோட்டுக்கொள்வது
- கையைப் பிணைத்துக்கொண்டு நடப்பது
- துள்ளிக் குதிப்பது
- காறி உமிழ்வது
- மென்று விழுங்குவது
- மலங்க மலங்க விழிப்பது
- மயிர்க்கால்கள் குத்திட்டு நிற்க வெளிறுவது
- கன்னத்தைத் தட்டுவது
- நெருங்கி வந்து முத்தமிடுவது
- கண்ணை மூடிக்கொள்வது

இப்படிச் செய்வதன் மூலம் அவர்கள் வெளிக்காட்டும் உணர்ச்சிகள் என்னென்ன?

பலவீனம், அன்பு, ஆதரவு, எதிர்ப்பு, ஏளனம், திமிர், வஞ்சகம், கருணை, கள்ளத்தனம், பயம் - இன்னபிற!

பரிமாற்றங்கள்

பேசுதல், கேட்டல், மௌனமாக இருத்தல் அதன்பிறகு உடல்மொழியால் தெரிவித்தல் - எனப் பலவகையான தகவல் பரிமாற்றங்கள் இருக்கின்றன. சில சமயம், வெறும் குறியீடுகளே பல சங்கதிகளைச் சொல்லிவிடும்.

இரண்டு உதாரணங்களைப் பார்க்கலாம்.

1. ஒரு சுவரில் காவி நிறப் பட்டைகள் பூசப்பட்டிருந்தால் அது ஒரு கோயில்.

2. சிவப்பு நிறத்தில் மண்டை ஓடு படம் வரையப்பட்டிருந்தால் அது அபாயம்.

வெளிப்படையாக இருந்தால் நல்லது!

பெரும்பாலான உணவகங்களில் 'டைனிங் ஹால்' படு சுத்தமாக இருக்கும். ஆனால், பாத்ரூம் படுமோசமாக இருக்கும்.

பல ஹோட்டல்களில், பாத்ரூமை பின்பக்கம் வைத்திருப்பார்கள். சமையல் கட்டு வழியாகத்தான் இங்கே போக முடியும். அப்படிப் போகும்போதே தெரிந்துவிடும் அந்த ஹோட்டலின் லட்சணம். உணவுப் பண்டங்களை எத்தனை 'சுத்தமாகத்' தயாரிக்கிறார்கள் என்று தெரிந்துவிடும்.

இப்படி ஒருமுறை பார்த்தவர்கள் மீண்டும் ஒருமுறை அந்த ஹோட்டலுக்கு வருவார்களா?

இதை எப்படித் தவிர்ப்பது?

'நாங்கள் சுத்தமானவர்கள்' என்ற விஷயத்தை எப்படித் தெரியப்படுத்துவது? எங்களுடைய உணவுப்பொருள்கள் சுத்தமானவை என்று எப்படிச் சொல்வது?

ஒரு வழி இருக்கிறது.

சாப்பிடும் கூடத்தில் இருந்து பார்த்தாலே, முழுச் சமையலறையும் தெரியும்படி செய்யலாம். உணவுப்பண்டங்களை கண்ணாடிப் பெட்டிக்குள் வைத்து display செய்யலாம். இது நிச்சயம் வாடிக்கையாளர்களை ஈர்க்கும். பல பெரிய ஹோட்டல்களில் இதைத்தான் செய்துகொண்டிருக்கிறார்கள்.

அழுக்கு இல்லாத தொழிற்சாலை

மோட்டார் சைக்கிள் தயாரிக்கும் தொழிற்கூடங்களைப் பார்த்திருப்பீர்கள். கிரீஸ் மற்றும் எண்ணை அழுக்கு, பிசுக்குகளுடன் இருக்கும்.

டி.வி.எஸ். மோட்டாரின் தொழிற்கூடத்தைப் பார்த்திருக்கிறீர்களா? ஹோசூரில் இருக்கிறது. அங்கே பணிபுரியும் ஆயிரக்கணக்கான பணியாளர்களின் சீருடையின் நிறம் என்ன தெரியுமா?

வெள்ளை. ஆமாம் வெள்ளை பேண்ட், வெள்ளை சட்டை. எல்லாரும் எப் பொழுதும் மிகத்தூய்மையான வெள்ளைநிற உடை அணிந்துதான் வேலை செய்கிறார்கள். இதன்மூலம் அந்த நிறுவனமும், ஊழியர்களும் எதைத் தெரிவிக்கிறார்கள்?

1. நிறுவனத்தின் தரம்
2. தயாரிப்பின் தரம்
3. சுத்தத்துக்குக் கொடுக்கும் மரியாதை

தடைகளைத் தாண்டி

'எறும்புத் தோலை உரித்துப் பார்க்க யானை வந்ததடா!'

- கண்ணதாசன், ஆலயமணி திரைப்படத்தின் ஒரு பாடலில் இப்படி ஒரு வரியை எழுதினார்.

சர்வசாதாரணமாக ஆறு வார்த்தைகளில் எவ்வளவு பெரிய விஷயத்தைச் சொல்லிவிட்டார்! முடிகிற வேலையா இது?! யானையின் விரல்கள் எப்படி இருக்கும்? எறும்பின் தோல் எப்படி இருக்கும்? யானை எப்படி எறும்பின் தோலை உரிக்கும்?

முடியாதல்லவா?

சில சமயம் சில நபர்களுக்கு இடையே, தகவல் கருத்துப் பரிமாற்றங்களும் இப்படித்தான் ஒன்றுக்கு ஒன்று முரணாக ஆகிவிடுகின்றன.

தகவல் பரிமாற்றங்களில் ஏற்படும் சில பொதுவான பிரச்னைகள் என்ன என்று பார்ப்போம்.

1. கூடுதல் பாரம்!

ஒரு குழந்தைக்கு ஒரு சமயத்தில் எவ்வளவு பால் கொடுக்கலாம்?

ஒரு ஸ்பூனால் கொடுத்தால், மிடறு மிடறாக அரை அல்லது ஒரு டம்ளர் பாலைக்கூட புகட்ட முடியும். ஒரு டம்ளர் பாலையும் ஒன்றாக வைத்துப் புகட்டினால்? வாயில் ஊற்றினால்? அப்படித்தான் சிலர் தகவல்களை அள்ளி வீசுகிறார்கள்.

'சார் தபால் அலுவலகத்துக்கு எப்படிப் போவது?'

'நேரா போய், கிழக்கால திரும்புங்க. அப்புறம் மூணாவது வலதுபக்க தெருவில போய், நாட்டு மருந்து கடைக்கு எதிர்ல இருக்கிற சந்துல குறுக்கால நடந்து, திரும்பவும் கிழக்கால திரும்பினா ஒரு மாரியம்மன் கோவில் வரும். அங்கிருந்து...'

இப்படிச் சொன்னால் ஊர் போய்ச் சேர முடியுமா?

சிலரை எங்கள் சிரமப்படுத்தும். வேறு சிலருக்கு திசைகள். இன்னும் சிலருக்கு பெயர்கள்.

கொடுக்கும் தகவல்கள், மற்றவர்களுக்குப் புரியுமா என்பதையும் கவனிப்பது முக்கியம்.

2. பிளேடு எதற்கு?

ஒரு மருத்துவமனை. வெங்கட்ராமன் என்ற ஓர் ஊழியருக்கு சிறுநீரகத்தில் கல். அறுவை சிகிச்சை செய்யவேண்டும் என்று மருத்துவமனையில் சேர்த்துவிட்டார்கள். வெங்கட்ராமன் பயந்த சுபாவம் உள்ளவர்.

'சின்ன ஆப்ரேஷன்தான், ஒன்றும் பயமில்லை!' என்று சொல்லியிருந்தார்கள்.

ஒரு சனிக்கிழமை மாலை. அவர் அவரது மருத்துவமனை கட்டிலில் படுத் திருக்கும்பொழுது, வெள்ளை பேண்ட், வெள்ளை சட்டை போட்டிருந்த ஒருவர் வந்தார். நல்ல உயரமாக இருந்தார். கண்ணாடி அணிந்திருந்தார். 'வெங்கட்ராமன் யார்?' என்று சத்தமாகக் கேட்டபடியே வந்தார்.

'நான்தான்!' என்றார் வெங்கட்ராமன்.

'கிட்னி ஸ்டோன்தானே?' என்று கேட்டார் வந்தவர்.

அவர் கையில் பளபளக்கும் பிளேடு.

'ஆமாம்!' என்றார் வெங்கட்ராமன்.

'எழுந்து வாங்க!'

'எதுக்கு?'

'வாங்க சார்!' என்று கூடத்தின் மூலைக்கு அழைத்துச் சென்றவர், அங்கிருந்த ஒரு கட்டிலைக் காட்டி, அதில் படுக்கச் சொன்னார்.

வலது கையில் வைத்திருந்த பிளேடை இடது கைக்கு மாற்றிக் கொண்டு, வலதுகையால் கட்டிலைச் சுற்றியிருந்த பச்சை திரைச்சீலைகளை 'பரக் பரக்' என இழுத்து மூடினார்.

வெங்கட்ராமனுக்கு வயிற்றைக் கலக்கிவிட்டது.

'அய்யய்யோ! இப்பவேவா? அதுவும் பிளேடாலயா?' என்று கத்தியே விட்டார்.

வந்த ஊழியரால், சிரிப்பை அடக்க முடியவில்லை. வயிற்றைப் பிடித்துக் கொண்டு சத்தமாகச் சிரிக்க முடியாமல் சிரித்தார்.

'சார்! உங்களுக்கு நாளைக்குத்தான் ஆப்ரேஷன். அதுக்காக வயிற்றில் உள்ள முடிகளை மழிக்க (ஷேவிங் செய்ய) நான் வந்திருக்கேன். பயப்படாம ஏறிப் படுங்க!' என்றாரே பார்க்கலாம்.

தவறாகப் புரிந்து கொள்ளப்பட்டதால் வந்த குழப்பம் இது. சரி. அவர் ஏன் தவறாகப் புரிந்துகொண்டார்?

மருத்துவமனை பின்னணி, அறுவை சிகிச்சை பயம், வெள்ளையுடை அணிந்து பயமுறுத்தும் நபர், 'கிட்னி கேசா?' என்ற கேள்வி, கேட்டவர் கையில் இருந்த புது பிளேடு! - எல்லாம் சேர்ந்து அவரைப் படுத்தியெடுத்து விட்டன.

3. 'நான்தான் திருடன் பேசறேன்!'

நாடகப் பயிற்சி நடந்துகொண்டிருக்கிறது.

காட்சி இதுதான்.

தொலைபேசியில் ஒரு வீட்டைத் தொடர்புகொண்டு, அவரது வீட்டுக்கு மறுநாள் திருடவரப் போவதாக முன்கூட்டியே சொல்ல வேண்டும். இதைக் கேட்டு அதிர்ந்து போகும் வீட்டுக்காரர், 'ஹலோ! பேசறது யாரு?' என்று கேட்க வேண்டும். அதற்கு, திருட வருவதாகச் சொன்னவன், 'ஹா! ஹா! ஹா!' என்று சிரித்தபடி, 'யாரென்று சொல்வதற்கு நாங்கள் என்ன முட்டாள்களா?' என்று திருப்பிக் கேட்க வேண்டும்.

திருடன் பாத்திரத்தில் நடித்தவனுக்கு மேடை என்றால் அலர்ஜி.

ஒரு வழியாக தைரியமூட்டி மேடை ஏற வைத்தார்கள்.

'ஹலோ! ஹலோ! நீங்க யார் பேசறது?'

இப்பொழுது திருடன் பதில் சொல்ல வேண்டும். அரங்கமே அமைதியாகக் கவனித்துக்கொண்டிருக்கிறது.

பயந்து நடுங்கிக்கொண்டிருந்த அந்தத் திருடன் சொன்னான்:

'நாங்களா? நாங்கள்தாம் முட்டாள்கள்!'

அவ்வளவுதான்! மொத்த அரங்கமும் 'கொல்' என்று சிரித்துவிட்டது.

எல்லாம் பதற்றம் செய்யும் வேலை.

அவசரத்தில், அண்டாவுக்குள் கை போகாது என்பார்கள். எல்லாம் பதற்றத் தால் வந்த வினை. பதற்றம் வந்தாலே இதுதான் பிரச்னை!

4. வில்லன்கள் உஷார்!

செய்தி, தகவல் பரிமாற்றத்துக்கு பல வில்லன்கள் இருக்கிறார்கள்.

- சம்பந்தமில்லாத தகவல்களையும் சேர்த்துச் சொல்வது.

- தவறான உதாரணங்கள் சொல்வது.

- வேகமாகச் சொல்வது.

- மென்று விழுங்கி, சில வார்த்தைகள் புரியாமல் பேசுவது.

- வேறு ஏதோ கவனத்தில் வேலை செய்துகொண்டே தகவல் சொல்வது.

- கேட்பவரின் தனிப்பட்ட நலனைப் பாதிக்கும் தகவலை, சாதாரண மாக, எந்த முன் தயாரிப்பும் இல்லாமல் சொல்வது.

- கேட்பவர் மனநிலை, சூழ்நிலை சரியில்லாதபொழுது தெரிவிப்பது.

- பொருத்தமில்லாத வழிமுறைகள், சாதனங்களைப் பயன்படுத்தி தகவல் தெரிவிப்பது (மின்னஞ்சல் மூலம் ரயில் பயண விபரம் சொல்வது; சம்பந்தப்பட்டவருக்கு ஒரு நாளைக்கு 100-க்கும் அதிக மான மின்னஞ்சல்கள் வந்து குவியலாம். அதனால், அவர் இதைக் கவனிக்காமல் விடலாம்!).

- கேட்பவரின் பழக்கவழக்கங்கள் தெரியாமல் தகவல் தெரிவிப்பது (உண்ணா நோன்பு இருப்பவரை, அப்படி இருக்கிறார் என்று தெரி யாமல், 'கட்டாயம் நீங்கள் சாப்பிட்டுவிட்டுத்தான் போக வேண்டும்!' என்று கட்டாயப்படுத்துவது).

- பேசும்பொழுது பொருத்தமில்லாத சமிக்ஞைகள் செய்வது (திரும்பிப் போ என்பது போல கைகாட்டிக்கொண்டே 'வா!' என்று சொல்லிப் பார்த்தால் தெரியும்).

- கேட்பவர் கவனம் வேறெதிலோ இருக்கும்பொழுது தகவல் தெரிவிப்பது.

இப்படி கருத்துப் பரிமாற்றத்துக்கு வரும் தடைகள் ஏராளம், ஏராளம். அதே போல், கருத்துப் பரிமாற்றத்தில் வரும் இடைவெளிகளும் ஏராளம்.

ஒரு தகவல் அனுப்புகிறீர்கள். அது போய்ச் சேர்ந்துவிடும் என்று நினைக் கிறீர்கள். ஆனால், அதில் எத்தனையோ சிக்கல்கள் இருக்கலாம்.

★ நீங்கள் அனுப்பும் தகவல் போய்ச் சேராமல் இருக்கலாம்.

★ போய்ச் சேர்ந்திருக்கலாம்; ஆனால் உரியவர் அதைப் படிக்காமல் போகலாம்.

★ படிக்கலாம்; ஆனால் புரிந்துகொள்ள முடியாமல் போகலாம்.

செய்திப் பரிமாற்றம் அத்தனை சுலபத்தில் நடந்துவிடுவதில்லை.

இத்தனைக்கும் நாம் தகவல் தொழில்நுட்ப உலகில் வாழ்ந்துகொண்டிருக் கிறோம். ஈமெயில், சாட்டிங், மொபைல், வெப் கேமரா என்று ஏகப்பட்ட தகவல் தொடர்பு சாதனங்கள். இருந்தாலும், பிரச்னைகள் நீடிக்கவே செய்கின்றன.

எப்படி என்கிறீர்களா?

உங்களுக்கு ஒரு பயிற்சி.

கீழே ஒரு படம் கொடுக்கப்பட்டுள்ளது. ஒரு நிறுவனத்துக்கு தேவையான படம் என்று வைத்துக்கொள்வோம்.

இந்த லோகோவை நிறுவனத்தின் லெட்டர் ஹெட் தாளில், பதிப்பிக்க வேண்டும். பதிப்பாளர் வெளியூரில் இருக்கிறார். படத்தை நீங்கள்தான் பதிப் பாளருக்கு விவரித்துச் சொல்ல வேண்டும்.

வேறு வசதிகள் இல்லை என்பதால் ஃபோனில்தான் சொல்லியாக வேண்டும். அச்சடித்து முடிக்க வேண்டியது அவசரம். உங்களால், படத்தைச் சரியாக விவரிக்க முடியுமா? விவரித்து, படத்தில் இருப்பது போலவே கேட்ப வரை வரையச்செய்ய முடியுமா?

அதையும் சோதனை செய்து பார்த்துவிட முடியும்.

நண்பரோ, உறவினரோ யாராவது ஒருவரை அந்தப் பதிப்பாளராக நினைத்துக் கொள்ளச் சொல்லுங்கள். அவர் இந்தப் படத்தை ஒருமுறைகூட பார்க்கக் கூடாது; பார்த்திருக்கக் கூடாது. அப்படிப்பட்ட ஒரு நபரைத் தேர்வு செய்யுங்கள்.

பின்பு நீங்கள், இந்தப் படத்தை அவருக்கு வெறும் வார்த்தைகளால் (மட்டுமே) விவரியுங்கள். அதைக் கேட்டு (மட்டுமே) அவர் வரைய வேண்டும். சாடை எல்லாம் கூடாது. பின்பு ஒப்பிட்டுப் பாருங்கள். படத்தில் உள்ளது போலவே, அவர் வரைந்துவிட்டால்? உங்களுக்கு வெற்றிதான். உங்கள் 'சொல்லும் திறன்' பிரமாதம். கூடவே, அவருடைய 'புரிந்து கொள்ளும்' திறனும்தான். இரண்டு பேருக்கும் பாராட்டுக்கள்.

கொஞ்சம் பொறுங்கள். இதையே படிப்படியாகச் செய்யலாம்.

நீங்கள் சொல்வதை அப்படியே வரைய வேண்டும் என்று சொல்லுங்கள். அவர் இடையில் எந்தக் கேள்வியும் கேட்கக் கூடாது. இது ஒருவழி கருத்துப் பரிமாற்றத்துக்கு (One way communication) இணை.

ஆச்சா? அடுத்த கட்டத்துக்குப் போகலாம்.

இந்த முறை நீங்கள் படத்தை விவரிக்கவேண்டும் (அதே படம், வேறு நபர். இவரும் படத்தை அதற்குமுன் பார்த்திருக்கவே கூடாது). போன முறை போலில்லாமல், இந்தமுறை, இடை இடையே சந்தேகங்கள் கேட்க இவரை அனுமதியுங்கள். இது இருவழி கருத்துப் பரிமாற்றத்துக்கு இணை (Two way communication).

இரண்டு படங்களையும் ஒப்பிட்டுப் பாருங்கள். ஒருவழிப் பரிமாற்றத்தின் பொழுது வரையப்பட்ட படம் நன்றாக வந்துள்ளதா அல்லது இருவழிப் பரிமாற்றத்தின்பொழுது வரையப்பட்ட படம் நன்றாக வந்துள்ளதா?

சந்தேகமே வேண்டாம். இருவழி கருத்துப் பரிமாற்றத்தில் வந்த படம் சிறப் பாக வந்திருக்கும்.

நாம் அன்றாடம் வாழ்க்கையில் சந்திக்கும் பல பிரச்னைகளைத் தீர்க்க, இந்தச் சிறிய புரிதலே போதுமானது.

'வாயை மூடு; சொல்வதைச் செய்!'

'நூறு கேள்வி கேட்காதே!'

- இப்படி அதட்டினால் அது ஒருவழிப் பரிமாற்றம். அதன் விளைவு எப்படி இருக்கும் என்று உங்களுக்கே இப்பொழுது தெரிந்திருக்கும்.

நாம் மேலே பார்த்ததை, இப்படித் தொகுத்துக்கொள்ளலாம்.

1. நாம் விவரிப்பது, பல சமயங்களில், நாம் எண்ணும்விதமே புரிந்து கொள்ளப்படுவதில்லை.

2. கேட்பவர்களை, அநாவசியமாகக் குறைகூறி பயன் இல்லை.

3. கருத்துப் பரிமாற்றத்தின்பொழுது - கேள்விகள் சந்தேகங்கள் கேட்க நாம் அனுமதிக்க வேண்டும்.

4. சரியான வார்த்தைகளைத் தேர்ந்தெடுத்து, பயன்படுத்த வேண்டும். அப்பொழுதுதான் கருத்துகள் சரியான முறையில் போய்ச் சேரும்.

சரியான வார்த்தைகளைத் தேர்வு செய்து என்று குறிப்பிட்டோம் அல்லவா? அது என்ன சரியான வார்த்தைகள்?

மீண்டும் அந்தப் படத்தை எடுத்துக்கொள்வோம். அதே படத்தை கீழே உள்ள வாறும் விவரிக்கலாம். அப்படி விவரிப்பதால் ஏற்படும் பலன்கள் என்ன என்பதையும் வாருங்கள் காணலாம்.

விவரித்தல்:

'எடுத்தவுடன் வரைய ஆரம்பிக்க வேண்டாம். நான் சொல்வதைக் கேட்டுக் கொள்ளுங்கள். பின்பு, நான் வரையலாம் என்று சொல்லுவேன்; அதன்பிறகு வரைய ஆரம்பித்தால் போதும்!'

பலன்!

துண்டு துண்டான தகவல்களுக்கு முன், ஒரு மொத்த அறிமுகம் - 'இது என்ன?' என்பது தேவை.

விவரித்தல்:

'இது வரையக்கூடிய சுலபமான படம்தான். நீங்கள் நிச்சயம் சரியாக வரைவீர்கள்!'

பலன்!

நம்பிக்கையும் ஊக்கமும் கொடுப்பது.

விவரித்தல்:

'நான், இப்பொழுது ஒரு படத்தை விவரிக்கப்போகிறேன். பார்ப்பதற்கு அது சட்டையில் குத்திக்கொள்ளக்கூடிய தேசியக் கொடி போல இருக்கும்.'

பலன்!

ஆரம்பத்திலேயே மொத்தப் படத்தின் (Overall picture) பார்வையையும் கொடுத்துவிடுவது. இதனால், சிந்தனை தானாகத் தகவல் இடைவெளிகளை நிறைவு செய்துகொள்ளும்.

விவரித்தல்:

'இப்பொழுது நீங்கள் வரைய ஆரம்பிக்கலாம். நான் சொல்லப் போகிற கோடுகளையும் மற்றவற்றையும், அவசரப்படாமல், நான் சொல்லும் அளவுகளில் மட்டும் வரையுங்கள். கவனிக்கவும். அளவுகள் முக்கியம்!'

பலன்!

இன்னும் வரைய ஆரம்பிக்கவில்லை. ஆனால் அதற்கு முன்பே, எது முக்கியம்? எங்கே கவனம் என்பவை தெரிவிக்கப்படுகின்றன.

விவரித்தல்:

'நாம் இப்பொழுது ஒரு செவ்வகம் வரையப் போகிறோம். அதற்காக, முதலில் தாளின் நடுவில் ஒரு புள்ளி வைக்கவும். அந்தப் புள்ளிக்கு மனத்தில் 'A' என்று பெயர் வைத்துக்கொள்வோம்.

அந்தப் புள்ளியில் இருந்து வலது பக்கமாக ஆறு சென்டிமீட்டர் அளவுக்கு ஒரு நேர்க்கோடு வரையவும். அந்தக் கோடு முடியும் இடத்தை 'B' என்று கற்பனை செய்துகொள்வோம். அடுத்து 'A' புள்ளியில் இருந்து, மீண்டும் இப் பொழுது மேலிருந்து கீழாக 3 சென்டிமீட்டர் அளவுக்கு ஒரு நேர்க்கோடு இழுக்கவும். அந்தக் கோடு முடியும் இடத்தினை 'C' என்று மனத்தில் நினைவு வைத்துக் கொள்வோம்.

அடுத்து C-யிலிருந்து வலது பக்கமாக, ஆறு சென்டிமீட்டர் அளவுக்கு ஒரு நேர்க்கோடு. அந்தக் கோடு முடியும் இடம் 'D' என்று கற்பனை செய்து கொள்வோம்.

இப்பொழுது மேலே உள்ள நேர்க்கோட்டின் வலது பக்க ஓரமான 'B' யையும், கீழே உள்ள கோட்டின் வலது ஓரமான 'D' யையும் ஒரு நேர்க்கோடு மூலமாக இணைப்போம். இதோடு ஒரு நீள்சதுரம் வரைந்தாகி விட்டது.'

பலன்!

ஒரு பகுதி வரைந்தாகி விட்டது என்கிற மகிழ்ச்சியான தகவல், நம்பிக்கை யளிக்கும்.

விவரித்தல்:

'இப்பொழுது சொல்வதை முழுவதும் கேட்டுக்கொண்டு பின் எழுதவும். கவனிக்கவும் - இது எழுத வேண்டிய சொற்கள். அடுத்து அந்த நீள் சதுரத்தின் இடது பக்க மூலையில், அதாவது 'A' பகுதியில் நீள் சதுரத்தின் உள்ளே, A பகுதியில் இருந்து நேர்க் கோட்டுக்கு அடியில் உள்ள இடத்தில் இருந்து வலது பக்கமாக 'நம்மால்' என்ற தமிழ் வார்த்தைகளை எழுத வேண்டும். கொஞ்சம் பொறுங்கள், அளவுகளைச் சொல்லிவிடுகிறேன்.

அந்த நம்மால் என்ற எழுத்துகள் எல்லாம் சேர்ந்து அரை செ.மீ. உயரமும், 2 செ.மீ. நீளமும்தான் இருக்கவேண்டும். அடுத்து சொல்லப்போவதை, முழுமையாகக் கேட்டுக்கொண்டுவிட்டு எழுதவும். அடுத்து நம்மால் என்ற வார்த்தையில் வரும் 'ல்' என்ற கடைசி எழுத்துக்கு நேர் அடியில் இருந்து எழுத ஆரம்பித்து, 'முடியும்' என்ற தமிழ் வார்த்தைகளை எழுதவும். இவையும் முன்சொன்ன, அரை செ.மீ. உயரமும், 2 செ.மீ. நீளமும்தான் இருக்க வேண்டும். எந்தப் பக்கம், என்ன அளவு என்பன உதவும்.

இப்பொழுது நீள்சதுரத்தின் வலது பக்கம் உள்ள மூலையில் நாம் ஒரு படம் வரைய வேண்டும். வரைவதற்கு முன்பு, முழுவதும் கேட்டுக்கொள்ளவும். இது ஒரு நிலாவின் படம். அதாவது பிறை. மூன்றாம் பிறை என்பார்களே, அப்படித் தேய்ந்துபோய் இருக்கும் கால்வட்ட நிலா. இதன் வாய்ப்பகுதி 'ந' என்ற புள்ளியைப் பார்த்து இருக்க வேண்டும். Face செய்ய வேண்டும். நிலாவின் அளவு பற்றி சொல்கிறேன். நிலா மொத்தமும் 1 செ.மீ. அகலம், 1 செ.மீ. நீளம் உள்ள சதுரத்துக்குள் சரியாக அமைந்தது போல இருக்க வேண்டும்.

நல்லது. பெரும்பகுதி முடிந்துவிட்டது. அடுத்து 'B' முதல் 'D' வரையுள்ள கீழ்க்கோட்டின் மேல் பகுதியில் வேலை. இதுவும் நீள் சதுரத்தின் உள்ளே தான். முழுவதும் கேட்டுக்கொள்ளவும். மொத்தம் நான்கு முக்கோணங்களை, அடிக்கோட்டின் மேல் வரைய வேண்டும். முக்கோணம் என்பது செங்கோண (R. Triangle) முக்கோணம்.

கீழ்க்கோட்டில் ஒன்றுக்கு ஒன்று சம தூரம் உள்ளது போல 5 புள்ளிகளை வைக்கவும். 'இ' தான் முதல் புள்ளி. அதேபோல 'ஈ' தான் கடைசிப்புள்ளி. இடையில் சமதூரம் உள்ள 3 புள்ளிகள் ஆயிற்றா? இந்த 5 புள்ளிகளுக்கும், அதாவது இ மற்றும் ஈ சேர்த்து மொத்தம் 5 புள்ளிகள். 5 புள்ளிகளுக்கும் கற்பனையாக 1,3,5,7,9 என்று பெயர் வைப்போம். ஆமாம் 1,3,5,7 மற்றும் 9. இப்பொழுது கீழ்க்கோட்டில் இருந்து ஒரு செ.மீ உயரத்தில் நான்கு புள்ளிகள்

வைக்கப்போகிறோம். வெறும் புள்ளிகள். முடிந்திருக்கும் இந்த நான்கு புள்ளிகளுக்கும் அடையாளப் பெயர்களாக 2,4,6,8 என்று வைப்போம்.

இப்பொழுது கீழ்க்கோட்டில் உள்ள புள்ளிகளையும், அதற்கும் மேல் வைத்த சில புள்ளிகளையும் இணைப்பதன் மூலம், நான்கு செங்கோண முக்கோணங் களை வரையப்போகிறோம்.

முதலில் கீழ்க்கோட்டில் உள்ள ஆரம்பப் புள்ளியான 1-ல் இருந்து மேலே உள்ள புள்ளியான இரண்டு வரை ஒரு நேர்க்கோடு இழுப்போம். அடுத்து 2-ல் இருந்து கீழே உள்ள 3-க்கு ஒரு நேர்க்கோடு. இப்பொழுது ஒரு முக் கோணம் உருவாகி இருக்குமே! கரெக்ட். அதேமுறைதான்! 3-ல் இருந்து 4-க்கு மேலேரும் கோடு, பின்பு 4-ல் இருந்து 5-க்குக் கீழே போகும் கோடு, 5-ல் இருந்து 6-க்கு, 6-ல் இருந்து 7-க்கு, 7-ல் இருந்து 8-க்கு, 8-ல் இருந்து 9-க்கு.

முடிந்ததா? இப்பொழுது மொத்தம் 4 முக்கோணங்கள் இருக்குமே! சரி.

அவ்வளவுதான்!

விவரணங்கள் முடிந்துவிட்டன.

மேலே குறிப்பிட்ட விளக்கங்களின் அடிப்படையில் ஒருவரை வரையச் சொல்லுங்கள். நிச்சயம் அந்தப் படம் ஒரிஜினல் படத்தின் சாயலில் இருக்கும். முந்தையப் படங்களைவிட இது அதிகத் தெளிவுடன் இருக்கும். இல்லையா?

இப்படி அமைந்துபோனதற்கு என்ன காரணம் என்று பார்த்துவிடுவாம்.

1. தெளிவான விளக்கம்

2. சரியான வார்த்தைகள்

3. நிதானம், பொறுமை

- விளக்கம் என்பது இப்படித்தான் இருக்கவேண்டும் என்றில்லை. நபருக்கு நபர் இது மாறுபடலாம். சிலருக்கு முக்கோணம், நட்சத்திரம், நீள்சதுரம்

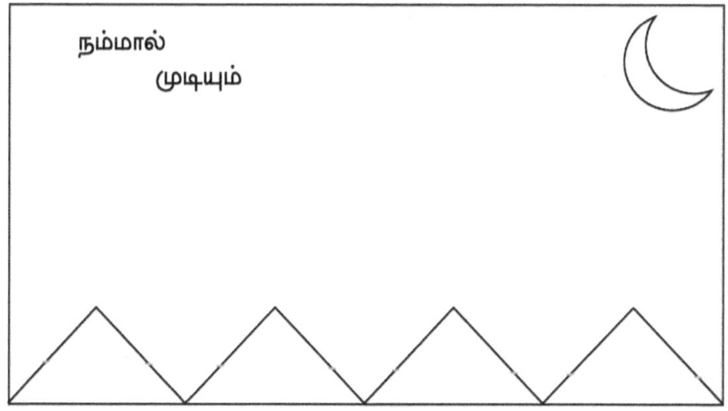

போன்ற சொற்கள் புரியாமல் இருக்கலாம். வேறு சிலருக்கு - கோடுகள், அளவுகள் புரியாமல் போகலாம்.

பாதகமில்லை.

நபருக்கு ஏற்றாற்போல் நம்முடைய விளக்கங்களையும் நாம் மாற்றிக்கொள்ள வேண்டும். உதாரணத்துக்கு, இப்படி.

'ஒரு தீப்பெட்டி மாதிரி டப்பா போட்டுக்கோ. அதுக்குள்ள 'ரைட் ஹாண்ட் சைடுல' மேல் நோக்கி பார்த்தாப்போல ஒரு பிறை போடு. அடுத்து டப்பா வோட கீழ்ப்பக்கம் மாவிலைத் தோரணத்தைத் தலைகீழா போட்ட மாதிரி கோடு போடு.'

அளவுகள் தவறாக இருக்கலாமே ஒழிய, படம் கிட்டத்தட்ட வரையப்பட்டு விட்டது! பெரிய விளக்கங்களுக்குப் பதில், தெரிந்த பொருள்களாக (தீப்பெட்டி, மாவிலைத் தோரணம்) இப்படி உதாரணம் சொல்லலாம்.

மொத்தத்தில், தெரிவிக்கவேண்டிய சங்கதியைத் தெரிவித்தாகிவிட்டது.

இந்தப் படத்தைப் பற்றி மட்டும் இத்தனை விரிவாக, விளக்கமாக எழுது வதற்குக் காரணம் - விவரித்தல் எத்தனை முக்கியமானது என்பதை உணர்த் தத்தான்!

கண்ணால் பார்த்தால் சாதாரணமாகத் தோன்றக்கூடிய ஒரு படத்தை, விவரிக்கப் போனால் எவ்வளவு சொல்லவேண்டி வருகிறது பார்த்தீர்களா?

ஒரு படத்துக்கே இத்தனை மெனக்கெட வேண்டும் என்றால், நம்முடைய சிந்தனைகளைத் தெரியப்படுத்த, எத்தனை மெனக்கெட வேண்டும்!

அப்படி மெனக்கெடுகிறோமா என்பதுதான் கேள்வி.

கவனமாக, அக்கறையுடன், கேட்பவருக்குப் புரியும் வகையில் ஒரு விஷயத்தைத் தெரிவிக்க வேண்டும்.

ஆட்டை வெட்டினாங்களா, ஆளை வெட்டினாங்களா?

தகவல் ஓர் இடத்திலிருந்து மற்றொரு இடத்துக்கு எந்த லட்சணத்தில் போய்ச் சேருகிறது என்று பார்ப்போம்.

பயிலரங்குகளில் இதைப் பரீட்சித்துப் பார்த்தால் தெரியும். முதல் வரிசையில் ஆரம்பத்தில் அமர்ந்திருக்கும் ஒருவரிடம், அடுத்தவர் காதில் விழாத அளவு, சத்தமில்லாமல் அவர் காதுக்குள் ஒரு வாக்கியத்தைச் சொல்லலாம்.

'பாண்டிச்சேரியில, தாமஸ் கொண்டுபோன ஆட்டை வெட்டிட்டாங்க. அதான் அவர் சட்டையில இரத்தக் கறை!'

இந்தச் செய்தியை காதில் வாங்கிக்கொண்ட முதல்நபர், அந்தத் தகவலை தன் பக்கத்தில் உள்ளவரிடம் அதேபோல மெதுவாக, காதில்தான் சொல்ல

வேண்டும். அதேபோல, அப்படியே ஒருவர்பின் ஒருவராக கடைசி வரிசை, கடைசி நபர் வரை அந்தச் செய்தி போய்ச் சேரவேண்டும்.

அதே செய்தியை ஒவ்வொருவரும் தங்களுக்குத் தெரிவிக்கப்பட்டவுடன், தனக்கு அடுத்த நாற்காலியில் அமர்ந்திருப்பவரிடம் சொல்லவேண்டும்.

எல்லாரும் சொல்லிச் செய்தி கடைசி நபரைச் சென்றடைந்தவுடன், அந்தக் கடைசி நபரை எழுப்பி, அவருக்குக் கிடைத்த தகவலை சத்தமாக, வகுப்புக்குச் சொல்லவைக்க வேண்டும்.

முதல் நபரிடம் நாம் சொன்ன அதே தகவல், கடைசி நபரான அவர் வாயில் இருந்தும் வருமா?

சிரமம்தான்.

கடைசியாகக் கிடைக்கும் செய்தி இப்படி இருக்கும். 'கோயில் தாமசை வெட்டிவிட்டார்கள், இரத்தம் கொட்டியது!'

சிலர் 'தாமஸ், பாண்டிச்சேரி, ரத்தம்!' என்று துண்டுதுண்டாகச் சொல்வார்கள்.

சிலர், ஆட்டை வெட்டிட்டாங்க என்று சொல்வதற்குப் பதிலாக, 'ஆளை வெட்டிட்டாங்க!' என்று சொல்வார்கள்.

ஒரு செய்தி இந்த அளவுக்குத் திரிந்து போவதற்கு என்ன காரணம்?

1. வகுப்பில் உள்ள நாற்பது மனிதர்களின் புரிந்துகொள்ளும் தன்மை, திறன் வெவ்வேறானவை என்பதுதான்.

2. எல்லாருடைய திறன்களும் அனுபவங்களும் ஒன்றல்ல. அதேபோல் சொல்லும் திறனும் வித்தியாசப்படும். கேட்பதைக் கேட்டபடி சொல்லமாட்டார்கள்; அவர்களுக்குப் புரிந்தபடி சொல்வார்கள்.

ஒரு சங்கிலியில், ஒரே ஒரு நபர் தவறாகப் புரிந்துகொண்டாலும் பிரச்னை தான்.

40 பேர் கொண்ட அந்த வகுப்பில், சுமாரான புரிதல் திறன் உள்ளவர் 39-வது நபராக இருந்தால், அவருக்கும், அவருக்கு அடுத்தவருக்கும் (அவரிடமிருந்து தகவல் பெற்றவர்)தான் பிரச்னை. மற்றவர்களுக்குச் சரியான தகவல் வந்துவிட்டது. இல்லையா? அதுவே அந்தச் சுமாரானவர் தற்செயலாக 5-வது நபராக அமைந்துவிட்டால்? மீதம் உள்ள 35 நபர்களும் தவறான செய்தியை அறிந்துகொள்வார்கள்.

நிறுவனத்தின் தலைமை அதிகாரிதான் நிறுவன நபர்களில் நம்பர் 1. அவர் ஏதோ ஒரு தகவல் சொல்கிறார். அதை இரண்டு GM (பொது மேலாளர்கள்) மட்டும் கேட்கிறார்கள். அவர்கள், தங்களுக்குக் கீழ் பணியாற்றும் மேலாளர் களிடம் சொல்லவேண்டும். பின்பு மேலாளர்கள், ஊழியர்களுக்கு. இப்படியே தகவல் தொடர்புச் சங்கிலி நீளும்.

இங்கே GM-ன் புரிதல் சுமார் என்றால், என்ன ஆகும்?

இதுபோல top down தவிர (மேலிருந்து கீழ் வரும் தகவல் பரிமாற்றம்) Bottom up (கீழிருந்து மேலே போகும்) தகவல்களும் உண்டு.

மக்கள் ஒரு புகாரைச் சொல்ல, அந்தப் புகாரை மாவட்ட அதிகாரி குறித்துக் கொண்டு, மேல் அதிகாரிக்குச் சொல்ல, அவர் கலெக்டருக்கும், கலெக்டர், முதலமைச்சருக்கும் சொல்லவேண்டும். நடுவில் ஒர் அதிகாரி, புகாரை சரியாகப் புரிந்துகொள்ளாமல் போனால் என்ன ஆகும்? புகார் அம்பேல்தான்!

●

ஒரு நிறுவனத்தின் முக்கிய அலுவலர்களின் கூட்டம் நடைபெற்றுக் கொண்டிருந்தது. நிறுவனத் தலைவர் மற்றும் சில அதிகாரிகள் விவாதித்துக் கொண்டிருக்கிறார்கள். அப்பொழுது செயலாளர் பதற்றத்துடன் கூட்டம் நடக்கும் அறைக்கு உள்ளே வந்தார்.

மனித வளத்துறைத் தலைவரை மெதுவாக நெருங்கிய அவர், 'சார் ஒரு கெட்ட செய்தி! நம்ம எம்.டி. இறந்துட்டாராம். ஒரு சாலை விபத்தாம்!' என்றார்.

எம்.டி. என்றால் மேனேஜிங் டைரக்டர். கூட்டம் உடனடியாக தள்ளிவைக் கப்பட்டது. அனைவரும் பரபரப்பானார்கள். மனித வளத்துறை மேலாளர், அந்தச் செயலர் சொன்ன தகவலை உறுதிப்படுத்திக்கொள்ள, மருத்துவமனை மற்றும் போலீஸ் அதிகாரிகளிடம் தொலைபேசியில் விசாரித்தார்.

கிடைத்த தகவல் வேறு மாதிரியாக இருந்தது.

அதாவது, ஒருவர் இறந்தது என்னவோ உண்மைதான். ஆனால், அது எம்.டி. அல்ல. பிறகு? வேறு ஒரு ஊழியர். நபர் மாறிப்போய் குழப்பம். அதெப்படி இறந்தவர் எம்.டி. என்ற தகவல் வந்தது? காரணம் உண்டு. இறந்த ஊழியர் ஒரு மெடிக்கல் டிரான்ஸ்கிரிப்ஷனிஸ்ட். அதாவது எம்.டி.

தொலைபேசியில் தகவல் வந்திருக்கிறது. எம்.டி. இறந்துவிட்டார் என்று சொல்லி இருக்கிறார்கள். நம்முடைய செயலாளர், அதைத் தவறாகப் புரிந்து கொண்டுவிட்டார்.

காரணம், அவருக்கும் MT-க்களுக்கும் தொடர்பில்லை. செயலருக்கு MD-யுடன்தான் தொடர்பு. அவர் மூளை MT என்று சொல்லப்பட்டதை பதற்றத்தில் MD என்று புரிந்துகொண்டுவிட்டது. இதனை Perception Problem என்கிறார்கள். தகவல் பரிமாற்றத்தில் இதுவும் ஒருவிதத் தடை.

கவனம் மிக மிகக் கவனம்!

நேரடியாக வராத தகவல்களை, அதுவும் வாய்வழித் தகவல்களை அப்படியே நம்பிவிட வேண்டாம்.

காரணம் - தகவல்கள், அதைச் சொல்பவர்களைச் சார்ந்திருக்கிறது. கிடைக்கும் தகவல்களை மாற்றி, கூட்டி, குறைத்து மற்றவர்களுடன் பகிர்ந்துகொள்வது மனித இயற்கை. அதனால்தான் Directly from horse's mouth என்பார்கள்.

ஆகவே, முக்கியச் செய்திகளை, அத்தியாவசியமான செய்திகளை, சம்பந்தப் பட்டவரிடம் நாமே சொல்வது நல்லது. வேறு ஒருவர் மூலமாகச் சொல்லி யனுப்ப வேண்டாம்.

சங்கிலியின் வலு

தகவல் தொடர்பு மட்டுமல்ல! எந்தச் சங்கிலியின் வலுவும் ஒரே ஒரு கண்ணி(link)யைப் பொறுத்ததுதான். ஒரு சங்கிலியில் மொத்தம் 10 வளை யங்கள், கண்ணிகள் இருக்கிறது என்று வைத்துக்கொள்வோம். அவற்றில் சில கண்ணிகள் 50 கிலோ வரை தாங்கும். ஒன்று 60 கிலோவே தாங்கும். ஒரே ஒரு வளையம் மட்டும் 30 கிலோ எடைதான் தாங்கும். எல்லா வளையங்களும் ஒன்றன்பின் ஒன்றாக இணைக்கப்பட்ட இந்தச் சங்கிலியின் வலு என்ன?

60 கிலோ? கிடையாது.

50 கிலோ? கிடையாது.

விடை - 30 கிலோ மட்டுமே.

காரணம், 60 கிலோ எடையை ஒரே ஒரு சங்கிலியால் மட்டுமே தாங்க முடியும். 50 கிலோ எடையை இரண்டு சங்கிலிகளால் மட்டுமே தாங்க முடியும்.

ஆனால் எல்லா வளையங்களாலும், பிரச்னையின்றி 30 கிலோவைத் தாங்க முடியும். ஆக, இந்தச் சங்கிலியின் வலு 30 கிலோ தூக்குவது மட்டுமே!

அதாவது, இருப்பதிலேயே எந்த வளையம் குறைந்தபட்ச பளுவைத் தாங்குமோ அதுதான் சங்கிலியின் மொத்த வலுவுமே.

தகவல் தொடர்பிலும் - தகவல் தொடர்புச் சங்கிலியில் உள்ள பல்வேறு நபர் களின் புரிதல் திறனைப் பொறுத்ததுதான், அந்தக் குழுவின் மொத்த வலிமையும்!

இந்தப் பிரச்னையை எப்படித் தடுப்பது? தடையின்றி தகவல்களைப் பரிமாறிக்கொள்வது எப்படி?

1. தகவல் தொடர்பு என்பது - தெரிவிப்பவர், கேட்பவர் எனப்படும் இரு வரின் கூட்டுப் பொறுப்பு என்று உணர வேண்டும். அதற்கான முழு ஈடுபாட்டுடன் செயல்படவேண்டும்.

2. உச்சரிப்பு, உடல்மொழி முதலியவற்றிலும் கவனம் செலுத்த வேண்டும்.

3. ஒருவழிப் பாதையை விட்டுவிட்டு, மறுமொழியை அனுமதிக்க வேண்டும்.

4. பேசுவது தவிர - கவனிப்பது, கேட்பது, மௌனம் காப்பது போன்ற பலவற்றையும் சரியாகப் பயன்படுத்தவேண்டும்.

5. கேட்பவரை - அவருடைய அனுபவங்கள், அவர் இருக்கும் சூழ் நிலை உணர்வுநிலை முதலியவற்றைப் புரிந்துகொண்டு அதற்கேற்ப தெரியப்படுத்த வேண்டும்.

6. நேரடியாகத் தெரிவிக்கவேண்டும்.

7. ஒரு சமயத்தில் எவ்வளவு புரிந்துகொள்ள முடியுமோ, அதை மட்டுமே தெரிவிக்கவேண்டும்.

8. கேட்பவரின் கவனத்தை ஈர்த்தபிறகு, தெரிவிக்க வேண்டும்.

9. ஒன்றுக்கும் மேற்பட்ட சாதனங்களைப் (படங்கள், எழுதிக் கொடுத்தல்) பயன்படுத்தலாம்.

10. ஒரே பொருள் (meaning) உள்ள வார்த்தைகளைப் பயன்படுத்துவது. ஆள், ஆடு போன்றவை வரும்பொழுது ஜாக்கிரதையாக இருக்க வேண்டும்.

11. நாம் சொல்லும் தகவலை, மற்றவர் தெரிந்துகொண்டாரா என்பதைச் சரிபார்க்க வேண்டும்.

இந்த செக் லிஸ்டை அருகில் வைத்துக்கொண்டால், பரிமாற்றம் சுலபமாக முடியும்.

••••••••••

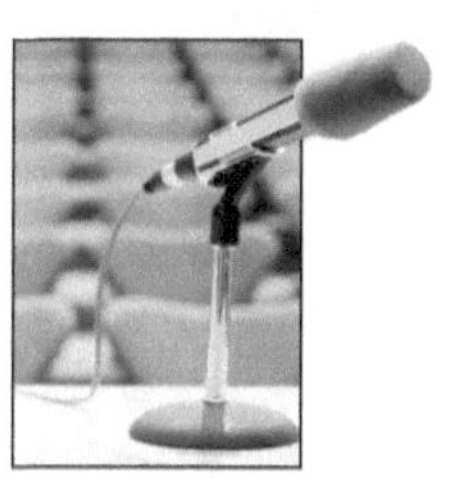

5. ஏன்? எதற்கு? எப்படி?

அறிவு, திறமை, பதவி, அழகு போன்ற குணாம்சங்கள் ஒருவருக்கு பலம் சேர்க்கின்றன. இப்படிப்பட்ட பலங்கள் இருந்தும்கூட, சிலர் வெற்றியைத் தவறவிடு கிறார்களே! இதற்கு என்ன காரணம்? அவர்களிடம் உள்ள முக்கியக் குறைபாடுகள்தான் இதற்குக் காரணம். அவர்களால், அவர்களுடைய எண்ணங்களைச் சரிவரத் தெரியப்படுத்த தெரிந்திருக்காது.

யாரிடம், எப்படி, என்ன பேசவேண்டும் என்பதை நாம் புரிந்துகொள்ள வேண்டும். அப்படிச் செய்தால் அதுவே நம்முடைய முக்கிய பலமாக மாறும்.

நல்லதைப் பொதுவில் சொல்!

அங்கீகரித்தல், பாராட்டுதல் எல்லாமே வெளிப்படுத்து தல்தான்!

'உன் திறமையை, நல்லெண்ணத்தை, நல்ல செயலை, உதவியை, நான் அங்கீகரிக்கிறேன்!'

- இப்படி ஒருவரை வெளிப்படையாகப் பாராட்ட வேண்டும். எப்படிச் செய்யலாம்?

பொதுவில், நான்கு பேர் இருக்கும்பொழுது சொல்ல வேண்டும். யாரையாவது வெளிப்படையாகப் பாராட்டி விட்டால், அது நமக்குக் கௌரவக் குறைச்சல் என்று சிலர் நினைக்கிறார்கள்.

'இதற்கெல்லாம் எதற்குப் பாராட்டு? இது அவர் செய்யவேண்டிய வேலை தானே?!'

'இருக்கட்டுமே! ஒருமுறைதானே செய்திருக்கிறார்!'

'ஏன், இதைவிடச் சிறப்பாகவும் செய்யமுடியுமே!'

- இப்படியெல்லாம் நினைத்துக்கொண்டு, பாராட்ட வேண்டிய சமயத்தில் பாராட்டாமல் விட்டுவிடுகிறார்கள். இது தவறு. வெற்றிபெற்றவர்கள் என்ன செய்கிறார்கள் என்றால், சிறப்பானவை எப்பொழுது கண்ணில் பட்டாலும் பாராட்டுகிறார்கள். அதையும், பாராட்டப்படுபவரின் வட்டத்தில் வைத்துப் பாராட்டுவார்கள்.

அதேபோல், தேவையான அளவு பாராட்ட வேண்டும். செயலுக்கு ஏற்ற அளவு விரிவாகவும் பாராட்ட வேண்டும். உதட்டளவில் சொல்வது போதாது. உண்மையாக, உணர்ச்சிபூர்வமாக பாராட்டும்பொழுது அவரது மனத்துக்குள் நாம் போகிறோம்.

மூன்றாவது மனிதர்!

தனியே, ரகசியமாகக் கூப்பிட்டு, 'நீ செய்த உதவிக்கு நன்றி. நீ செய்திரா விட்டால், நான் அன்று மிகவும் சிரமப்பட்டு இருப்பேன்!'

- இப்படிக் கிசுகிசுக்காமல், வெளிப்படையாகப் பாராட்ட வேண்டும் என்று பார்த்தோம்.

இதைவிடவும் அதிகத் தாக்கத்தை ஏற்படுத்தக்கூடிய முறையும் இருக்கிறதா? உண்டு.

இதனை ஆங்கிலத்தில் 'இயர் ஷாட்டிங்' (Ear Shoting) என்பார்கள். இது தற்செயலாக நிகழ்வதும் உண்டு. இதனை முனைந்தும்கூட செய்யமுடியும்.

என்னுடைய கல்லூரி நண்பர் துரைசாமி என்பவரை வெகுநாள்களுக்குப் பின் சந்தித்தேன். அவரும் என்னைப் போன்றே மனிதவளத்துறையில்தான் வேறு ஒரு நிறுவனத்தில் பணிபுரிகிறார். அவரைச் சந்தித்ததும், பரஸ்பரம் விசாரித்துக் கொண்டோம். என்ன அதிசயம்? அவர் நான் வேலைசெய்யும் நிறுவனம் பற்றி மட்டுமல்ல, என் பதவி பற்றி மட்டுமல்ல, நான் அதுசமயம் சிறப்பாகச் செய்திருந்த ஒரு குறிப்பிட்ட வேலை பற்றியும், அதற்காக நிறுவனத்தால் அங்கீகரிக்கப்பட்டதையும்கூட தெரிந்து வைத்திருந்தார்.

இதெல்லாம் உங்களுக்கு எப்படித் தெரியும் என்றேன் ஆச்சரியத்துடன்! 'முத்துக்குமார் சொன்னார்!' என்றார். முத்துக்குமார் என்னுடைய இன்னொரு நண்பர். என்னுடைய மேலதிகாரியாக பணியாற்றியவர். மெதுவாகப் புரிந்தது. துரைசாமியிடம் அவர் என்னைப் பற்றி நல்லவிதமாகச் சொல்லியிருக்கிறார்.

நான் செய்த சிறப்பான பணி பற்றி, முத்துக்குமாரே என்னிடம் நேரிடையாகப் பாராட்டியிருந்தால் கிடைக்கும் மகிழ்ச்சியையைவிட இது கூடுதலான மகிழ்ச்சி

தந்தது. நேரடியாகப் பாராட்டுவது தேவைதான். ஆனால் அதைச் செய்பவர்கள் அனைவரும், எல்லா சமயங்களிலும் உணர்ந்து மனதாரத்தான் செய்கிறார்கள் என்று நிச்சயமாகச் சொல்லமுடியாது.

நானும், என் கல்லூரித் தோழர் துரைசாமியும் சந்திப்போம் என்று அவருக்குத் தெரிந்திருக்க வாய்ப்பில்லை. அப்படிப்பட்ட நிலையிலும் இப்படிச் சொல்லியிருக்கிறார் என்று கேள்விப்படும்பொழுது, நம் மனத்தில் என்ன எண்ணம் வருகிறது? சொன்னவரைப் பற்றிய நம்பகத்தன்மை கூடுகிறது தானே!

பாராட்டுதல்கள் போலியானவையா, பிரதிபலன் கருதி செய்யப்படுபவையா, சம்பிரதாயமானவையா என்னும் பேச்சுக்கே இதில் இடமில்லை.

அடிப்படையில், பாராட்டுதல் ஒரு நல்ல பண்பு. இது ஒரு ஆரோக்கியமான வெளிப்பாடும்கூட!

பிறரைப் பற்றிய உங்களது நல்லெண்ணத்தை, பாராட்டுதல்களை வாய்ப்பு கிடைக்கும்பொழுதெல்லாம் மற்றவர்களிடம் சொல்லுங்கள். மற்றவர் களைப் பாராட்டுவதால், நாம் எந்தவிதத்திலும் குறைந்துவிட மாட்டோம்.

தப்பா? தனியே சொல்!

தவறு செய்யாதவர்கள் கிடையாது. மருமகளாகவும் இருக்கலாம், உடன் பணி புரிபவராகவும் இருக்கலாம், பக்கத்து வீட்டுக்காரராகவும் இருக்கலாம்.

அவர்கள் செய்த தவறைச் சுட்டிக்காட்டலாமா? தாராளமாக! அதில் தவறே யில்லை. ஆனால், அதை எங்கே செய்கிறோம் என்பதில்தான் விஷயம் இருக்கிறது.

ஒவ்வொருவருக்கும் ஒரு 'முகம்' இருக்கிறது. அவர்கள் பலரிடையே நடமாடும்பொழுது, அந்த 'முகம்' - அவர்கள் தங்களைக் காப்பாற்றிக்கொள்ள நினைக்கும் முகம். இந்த முகத்தை நாம் சேதப்படுத்திவிடக் கூடாது.

'சொல்லுங்க சார்! நீங்க சொல்லாம யார் சொல்லப்போறாங்க? உங்களுக்கு அந்த உரிமை இருக்கு. ஆனா, இந்த ரகு இருக்கிறப்ப மட்டும் என்னைத் திட்டாதீங்க!'

எவருக்கும், இன்னொரு குறிப்பிட்ட நபரின் முன்பாக, பேச்சு வாங்க சம்மத மில்லை. அவரைத் திட்ட உங்களுக்கு அதிகாரம் இருக்கலாம். ஆனாலும் அதை, எங்கே, யார் இருக்கும்பொழுது சொல்லக் கூடாது என்பதில் இருக் கிறது வெற்றி சூட்சுமம்!

கோபம் வருகிறதா? கூப்பிட்டு நாலுபேர் முன்னால் பேச வேண்டாம். கொஞ்சம் அடக்கிக்கொண்டு 'வீட்டுக்குப் போகும்பொழுது என்னைக் கொஞ்சம் வந்து பார்த்திட்டுப் போ!' என்று சொல்லலாம். பிறகு நமது கோபத்தை வெளிப்படுத்தலாம்.

'என் ரூமுக்கு வா!' என்று அழைத்துவிட்டு, பிறகு தனியாக அவரிடம் விவாதிக்கலாம்.

இப்பொழுது, நீங்களும் அவரும் மட்டும்தான் இருப்பீர்கள். அப்பொழுது சொல்லப்படும் செய்தி எடுபடும்; புரிந்துகொள்ளப்படும்.

வேறு எவரோ இருக்கும்பொழுது பேசினால், எதிர்ப்புதான் கிளம்பும். சிலரால் வெளிப்படையாக, 'சார்! ரகு இருக்கும்பொழுது வேண்டாம்!' என்று சொல்லமுடியாமல் போகலாம். அதற்கு தைரியம் இல்லாமல் போகலாம். அப்படி அவர் சொல்லாவிட்டாலும்கூட யார் முன்னால் எதைப் பேசக்கூடாது என்று நமக்குத் தெரிந்திருக்கவேண்டும்.

சொல்வது, கேட்பவரிடம் முழுமையாகப் போய்ச் சேராது. அங்கேயும் கருத்துப் பரிமாற்றம் முழுமையாக நடைபெறாதுதான். வருத்தப்பட்டு, அவமானப்பட்டு அதையே நினைத்துக்கொண்டு, நாம் சொல்வதைச் சரியாகக் கேட்காமல், புரிந்து கொள்ளாமல் விட்டுவிடுவார்கள். 'உண்மையைத் தானே சொன்னார்கள்! நம் நன்மைக்குத்தானே சொன்னார்கள்!' என்றெல்லாம் தோன்றாது. சொன்ன தகவல் போயே சேராது. தோல்விதான்!

அடுத்தவர் மூலம்...

ஒருவரைப் பற்றிய நல்ல விஷயத்தை அடுத்தவரிடம் சொல்லலாம். சொல்லியது சம்மந்தப்பட்டவர் காதுக்கு வந்தால், அவர் சந்தோஷப்படுவார், பெருமையாக நினைப்பார், நம்புவார் என்று பார்த்தோம். உண்மைதான். அதேபோல, மூன்றாவது நபர் என்கிற சேனலை, ஒருவரைப் பற்றி குறைகூறப் பயன்படுத்தலாமா? கூடவே கூடாது.

வேறு யாரிடமாவது சொல்லி, அது, சம்பந்தப்பட்டவர் காதுக்கு வித்தியாச மாகப் போய்ச் சேர்ந்தால் அதன் வீச்சே தனி. நம்மீது அவருக்கு வருத்தமும் கோபமும் அதிகமாகும்.

பிரச்னை யாரிடமோ, அவர்களிடமே நேரிடையாக, தனிமையில் பொறுமை யாக விளக்கிச் சொல்லலாம்.

என்ன காரணத்தாலோ (இயலாமை, பயம், முகஸ்துதி!) அவர்களிடம் குறை களைச் சொல்லாமல் விட்டுவிட்டு, அந்த வருத்தத்தை மனத்தில் பாரமாய் சுமந்து, பின்பு தாங்கமுடியாமல் வேறு எவரிடமாவது கொட்டினால் என்ன நடக்கும்?

நீங்கள் இறக்கி வைத்த நபர், வேறொரு சந்தர்ப்பத்தில், சம்பந்தப்பட்ட நபரைச் சந்தித்து, உங்கள் புலம்பல்கள் அத்தனையையும் போட்டு உடைப் பார். வேண்டுமென்றேகூட அப்படிச் செய்ய மாட்டார். அதன் தீவிரம் உணராமல், சாதாரணமாக வேறு எங்காவது அதைச் சொல்வார்.

அந்த மூன்றாவது மனிதர், நம்முடைய வருத்தத்தை வேறு எவரிடமோ சொல்லும்பொழுது எப்படிச் சொல்வார்? அவர் புரிந்துகொண்ட விதமாகத்

தான் அவரால் சொல்லமுடியும். அவரை நொந்து, குற்றம் சொல்லிப் பலனில்லை. அவருக்கு அதன் உணர்வு, தீவிரம், தாக்கங்கள், அதனால் ஏற்படக்கூடிய விளைவுகள் தெரியாது. தெரிந்தாலும் முக்கியத்துவம் தர மாட்டார்.

சிலர் உளறுவார்கள். மன வருத்தமாக, கோபமாக இருக்கும்பொழுது எவரிடமும் எவரைப் பற்றியும் பேசவேண்டாம். அதனால் பிரச்னைதான் வரும். சரி, அப்படியென்றால் வருத்தங்களை, குறைகளை, பிரச்னைகளை நேரடியாகச் சொல்லமுடியாத நிலை இருந்தால் என்ன செய்வது?

மேலதிகாரி

தந்தை

பெரிய மனிதர்

முக்கியமானவர்

இவர்களில் ஒருவரிடம், சில பிரச்னைகள் அல்லது சில குறைபாடுகள் உள்ளன. அதை அவசியம் தெரிவிக்க வேண்டும் என்ற நிலை. என்ன செய்வது? எப்படிச் செய்வது?

யார் மூலம் சொன்னால் சரியாகப் புரிந்துகொள்ளப்படுமோ, எவர் மூலம் சொன்னால் முறையாகப் போய்ச் சேருமோ, அவர் மூலம் சொல்லியனுப் பலாம்.

மனத்தில் உள்ளதை, கட்டுப்பாடு இல்லாமல் மூன்றாவது மனிதரிடம் கொட்டுவது வேறு. முயன்று திட்டமிட்டு மூன்றாவது மனிதரிடம் விளக்க மாக, தேவையானதை மட்டும் எடுத்துச் சொல்வது வேறு. இரண்டாவது வெற்றி தரும்.

பெரிய மனிதர்கள், உயரதிகாரிகள் முதலியவர்களிடம் - எல்லாராலும் தகவல், கருத்துகளைத் தெரிவித்துவிட முடியாது. நேரம், பதவி, மற்ற சூழ் நிலைகள் தவிர, மனோபாவம் காரணமாகவும் முடியாமல் போகலாம். ஆனால், தெரிவித்தாக வேண்டும். என்ன செய்யலாம்?

எல்லாருக்குமே சில உள் வட்டங்கள் உண்டு. சிலருக்கு பிரத்யேக உதவி யாளர்கள் இருப்பார்கள். அவர்களை அணுகலாம். அல்லது அவர்களது நண்பர்கள், உறவினர்கள் போன்றவர்களையும் அணுகலாம்.

இவர்களிடம் நேரடியாகவோ, மறைமுகமாகவோ தகவலைச் சொல்லலாம். அப்படிச் சொல்லும் செய்திகள் மேலிடத்துக்குப் போய்ச் சேரும். சில சமயங்களில் Proper Channel எனப்படும் முறையான நபர்கள், வழிகள் மூலம் போவதைவிட, சரியாகவும் வேகமாகவும் இந்தப் பாதையில் போய்ச் சேரும்.

வெற்றியாளர்கள், இவற்றைத் தெரிந்துவைத்துப் பயன்படுத்துகிறார்கள்.

விஷயத்தையும் தெரிவித்தாகிவிட்டது. அதே சமயம், நம் பெயரும் ரிப்பேர் ஆகாமல் தப்பித்தாகிவிட்டது.

எலுமிச்சம்பழ அளவு தங்கம்!

அந்தக் காலத்தில் அரசர்கள், மக்களின் உண்மையான நிலைமை, அவர்களின் மனவோட்டம் முதலியவற்றைப் புரிந்துகொள்வதற்காக, மாறுவேஷங்களில் போவது உண்டு என்று கேள்விப்பட்டிருக்கிறோம். தவிர, அவர்கள் தாங்கள் சந்திக்கும் பலவித மனிதர்களிடம் இருந்தும் தகவல்களைக் கேட்டுப் பெறுவதும் உண்டு.

'மாதம் மும்மாரி பெய்கிறதா?'

பிரபலமான கேள்வி இது.

ஒரு ராஜா இருந்தார். அவருக்கு தினமும் ஷேவிங் செய்துவிட, ஒரு நாவிதர் அரண்மனைக்கு வருவார். அப்படி தான் முகம் மழித்துக் கொண்டிருக்கும் பொழுதே, நாவிதரிடம் பேச்சுக் கொடுப்பாராம் அந்த ராஜா. அவரது வாயைக் கிண்டுவாராம். பொதுமக்களிடம் இருந்து தகவல்களைப் பெறு வதற்காக!

'என்ன! நாட்டில் நிலைமை எப்படியிருக்கிறது? மக்கள் எப்படி இருக் கிறார்கள்?'

'மக்களுக்கு என்ன அரசே? உங்கள் ஆட்சியில் சுபிட்சம் நிலவுகிறது!'

'அப்படியா?!

'ஆமாம் அரசே! உங்களிடம் சொல்வதற்கென்ன! ஆளாளுக்கு ஓர் எலுமிச்சை அளவு தங்கம் வைத்திருக்கிறார்கள்!'

'என்ன அவ்வளவு சுபிட்சமா? ஆளாளுக்கு எலுமிச்சை அளவு தங்கமா?'

'ஆமாம் அரசே!'

அரண்மனை தர்பார். ராஜா, மந்திரியிடம் இதே கேள்வியைக் கேட்கிறார்.

'என்ன! நாட்டில் நிலைமை எப்படியிருக்கிறது? மக்கள் எப்படி இருக் கிறார்கள்?'

'நாட்டில் வறட்சி நிலவுகிறது. மக்கள் சிரமப்படுகிறார்கள்!' என்றார் மந்திரி. அதுதான் உண்மை நிலையும்கூட!

'என்னது வறட்சியா? பொய் சொல்லாதீர்! மக்கள் சுபிட்சமாக இருக்கிறார்கள். ஆளாளுக்கு எலுமிச்சை அளவு தங்கம் வைத்திருக்கிறார்கள். எனக்குத் தெரியும்!' என்றார் ராஜா.

மந்திரிக்கு அதிர்ச்சி! அவருக்கு, யாரோ ஒருவர் இப்படி ஒரு தவறான தகவலை ராஜாவுக்குக் கொடுத்திருக்கிறார்கள் என்று தெரிந்துவிட்டது.

'ஒரு நாள் அவகாசம் கொடுங்கள். சரியாக விசாரித்து, நாளை நானே உங் களிடம் இதுபற்றிப் பேசுகிறேன்!'

அவை கலைந்தது. மந்திரி அவசர அவசரமாக அரண்மனைப் பணியாளர் களை அழைத்து, காலையில் இருந்து மன்னர் யாரையெல்லாம் சந்தித்தார்? என்று கேட்டுக்கொண்டார். அவருக்குப் புரிந்துவிட்டது. 'ஓகோ! இது நாவிதன் கொடுத்த தகவலா?'

இரண்டு குதிரை வீரர்களை அழைத்து, 'மாறு வேஷத்தில் திருடன்போல நாவிதன் வீட்டுக்குப்போய், அங்கிருக்கும் பொருள்களைக் கொள்ளையடித்து வாருங்கள்!' என்றார். வீரர்கள் குதிரையேறிப் போனார்கள். காரியத்தை முடித் தார்கள். இரவு அரசரைச் சந்தித்தார் மந்திரி.

'மன்னா நீங்கள் சொல்வது சரியாகத்தான் இருக்கும். எதற்கும் உங்கள் தகவலை இன்னொருமுறை சரிபார்த்து விடுங்கள்!' என்றார்.

மன்னரும் ஒப்புக்கொண்டார்.

மறுநாள் காலை, அரசர், நாவிதனிடம் மீண்டும் அந்தக் கேள்வியைக் கேட்டார்.

'அதை ஏன் கேட்கிறீர்கள் மன்னா? எங்கும் கொலை, கொள்ளை, பஞ்சம், பட்டினி! மக்கள் பயந்துபோய் கிடக்கிறார்கள்!' என்றார்.

மீண்டும் அரசவை. அரசர் ஆச்சரியத்துடன் மந்திரியிடம் விவரம் கேட்க, மந்திரி புன்னகைத்தார்.

'மன்னா! நாவிதன் தன் நிலையை வைத்து மொத்த பேரும் அப்படியிருப்பதாக நினைத்து உங்களுக்குச் சொல்லியிருக்கிறான். அவ்வளவுதான். அதைப் புரிய வைக்கவே இந்த தந்திரம் செய்தேன்!'

இந்தக் கதையில் பல்வேறு தகவல்கள் இருந்தாலும், இப்பொழுது நமக்குத் தேவையான தகவல், நாவிதன் மூலம் அரசருக்குச் சுலபமாக செய்தி சொல்ல முடியும் என்பதுதான்!

அவ்வளவு பெரிய அரசருக்கு, மிகச் சுலபமாக தகவல் தெரிவிக்க எப்படிப் பட்ட ஒரு வழி இருக்கிறது பாருங்கள். எல்லாருக்குமே, இப்படிச்சுலபமான வழிகள் இருப்பதைக் கண்டுகொள்ள முடியும்.

சில பிள்ளைகளால், அப்பாவிடம் நேரிடையாகக் கேட்க முடியாது. அம்மா விடம் சொல்லி அல்லது அக்காவிடம் சொல்லி கேட்பார்கள்.

எதிர்பாராதவை வேண்டாம்!

நிர்வாகம் மற்றும் பொறுப்பில் இருப்பவர்களுக்கு மட்டுமல்ல, பெரும் பாலானவர்களுக்கு சர்ப்ரைஸ் என்பதே பிடிக்காது. தனக்குத் தெரியாமலே இவ்வளவு நாள்கள் இப்படி நடந்திருக்கிறதா? என்று கோபமே வரும்.

தனக்குத் தெரியாமல் ஏதேதோ நடந்துகொண்டிருக்கிறதே என்ற எரிச்சல் வரும்.

'ஏதாவது தப்பு நடந்திருந்தா, மறைக்காம இப்பவே சொல்லிடு!'

'ஏன் முன்னாடியே சொல்லலை?'

'இவ்வளவு நடந்திருக்கு. எனக்குத் தெரியவே இல்லையே!'

நடந்த தவறுகளை விட, தனக்குத் தெரிவிக்காமல் மறைத்து விட்டார்களே (மறந்திருந்தாலும்கூட) என்றுதான் கோபம் கொள்வார்கள்.

ஒரு பன்னாட்டு நிறுவனத்தில் பணிக்குச் சேர்ந்திருந்தேன். என்னிடம் பொறுப்பை ஒப்படைத்துவிட்டுப் போனவர் இப்படிச் சொன்னார்:

'இங்கே, மேலதிகாரிகளுக்கு சர்ப்ரைஸ் பிடிக்காது!'

அந்த மேலதிகாரிக்கு மட்டுமல்ல! பொதுவாகப் பலருக்கும் சர்ப்ரைஸ் பிடிப் பதில்லை. கடைசி நேரத்தில் ஒரு விஷயத்தைப் போட்டு உடைப்பது மிகவும் ஆபத்தானது. சொல்லவேண்டிய விஷயத்தை முதலிலேயே சொல்லி விடுவது நல்லதல்லவா?

நல்லதோ கெட்டதோ - சம்பந்தப்பட்டவர்களுக்குச் சரியான நேரங்களில், தாமதமின்றி, தகவல்களை நேரடியாகவோ மறைமுகமாகவோ தெரிவித்து விடுவதுதான் சிறந்த வழி.

நீர்த்துப்போகச் செய்தல்!

ஒரு கெட்ட செய்தியின் எதிர்மறைத் தாக்கங்களைத் திட்டமிட்டு குறைத்து விடுவது. இதையே ஒரு தந்திரமாக, சிலர் தங்களின் வெற்றிக்குப் பயன் படுத்துகிறார்கள். திட்டமிட்டே செய்வார்கள்.

ஒரு நிறுவனத்தில் 'ஓவர்டைம்' பழக்கத்தைக் குறைக்க முடிவு செய்தார்கள். அதை நேரடியாகத் தெரிவித்துவிட்டு உடனடியாக நடைமுறைப்படுத்த முயன்றால், பிரச்னை வரும். தொழிற்சங்கமும் ஊழியர்களும் எதிர்ப்பார்கள்.

இந்தத் தகவலை பிரச்னை இல்லாமல் தெரிவிப்பது நடைமுறைப்படுத்துவது எப்படி?

பிப்ரவரி மாதத்தில் இருந்து ஓவர்டைம் குறைக்கப் போகிறார்கள் என்று வைத்துக்கொண்டால், டிசம்பரிலேயே அந்தத் தகவலை மெல்லக் கசிய விடுவது. அதாவது, அதிகாரபூர்வமாக அறிவிப்பது இல்லை. இங்கேயும் அங் கேயுமாக பேச்சுவாக்கில் இந்த விஷயத்தைச் சொல்வது.

அந்தத் தகவல் அரசல்புரசலாக வெளியே போகும். உடன் அதற்கு எதிர்ப்பும் வரும். ஆனால், மிகச்சாதாரணமாகத்தான் எதிர்ப்பு இருக்க முடியும். காரணம், இது முடிவு செய்யப்பட்ட விஷயம் அல்ல என்று ஊழியர்கள் நினைப் பார்கள்.

'எனக்கு சரியா தெரியலே. ஆனா, ஓவர்டைம் இனி இருக்காதுன்னு நினைக் கிறேன்!'

'யாரு சொன்னா?'

'அப்படித்தான் எல்லாரும் பேசிக்கிறாங்க!'

- திரும்பத் திரும்ப இந்தத் தகவல் கசிந்துகொண்டே இருக்கும்படி பார்த்துக் கொள்வார்கள்.

இப்படிச் செய்தால், நாளடைவில் பிரச்னையின் வீரியம் நீர்த்துப்போய் விடும்.

'விஷயம் தெரியுமா? ஓவர்டைம் இனி இல்லையாமே!'

'அட! அப்படித்தான்பா எல்லாரும் பேசிக்கிறாங்க. விஷயம் என்னன்னு தெரியலை!'

திரும்ப வேறொருவர், இதே விஷயத்தை மீண்டும் இவரிடம் பேசுகிறார் என்று வைத்துக்கொள்வோம்.

'ஓவர்டைம் கிடையாதாமே!'

'அட போப்பா! இதைக் கேட்டுக் கேட்டு வெறுத்துப்போச்சு. இல்லேன்னா இப்ப என்ன? சம்பளம் வந்தா சரி!'

பிறகு, இதே விஷயம் அதிகாரபூர்வமாக அறிவிக்கப்படும் பொழுது பெரிய எதிர்ப்பு இருக்காது. தடுப்பூசி போடுவது போலத்தான்! பிரச்னைக்கு முன் கூட்டியே தயார்செய்து, அதை ஒன்றும் இல்லாமல் செய்துவிடுவது.

மகள் யாரையோ காதலிக்கிறாள் என்பது வெளிப்படையாக முதல்முறையே நிச்சயமாகத் தெரியும்பொழுது ஏற்படும் அதிர்ச்சிக்கும், அரசல்புரசலாகப் பலமுறை கேள்விப்பட்டு, நிச்சயமில்லாமல் இருந்து பின்பு நிச்சயமாகத் தெரியும்பொழுது கிடைக்கும் அதிர்ச்சிக்கும் வித்தியாசம் உண்டு அல்லவா?

அதேதான்! இதனை முனைந்தும் உருவாக்கி, தங்களின் வெற்றிக்குச் சிலர் பயன்படுத்திக் கொள்கிறார்கள்.

எதிர்த்து அழிப்பது

இரண்டு கோஷ்டியினருக்கு இடையே தகராறு. ஒரு கோஷ்டி ஆத்திரத்தில் மற்றொரு கோஷ்டியை அடித்துவிடும். பலமான அடிகள். அடிவாங்கிய அணி போலீஸ்-க்குப் போகலாம்.

அடித்தவர்கள் அணி என்ன செய்யும் தெரியுமா? முதலில் அவர்கள் ஓடிப் போய், புகார் கொடுத்துவிடுவார்கள். தங்களை அந்த மற்றொரு அணி அடித்து விட்டது என்று!

அடுத்து உண்மையில் அடிவாங்கிய அணி போய் புகார் கொடுக்கும்பொழுது ரியாக்ஷன் எப்படி இருக்கும் தெரியுமா?

'என்னப்பா! இப்பத்தான் வந்து நீங்க அடிச்சிட்டதா அவங்க புகார் குடுத் திட்டுப் போறாங்க!'

'ஐயய்யோ! இது அநியாயம் சார். நாங்கதான் அடிவாங்கினவங்க!'

'இதையேதானே அவங்களும் சொல்றாங்க.'

'எங்களைப் பாருங்க! எவ்வளவு காயம் இருக்கு பாருங்க?'

'சரி சரி! யார் அடிச்சிங்கன்னு நிச்சயமா தெரியலை. பேசாம ஒத்துமையாப் போயிடுங்கப்பா!'

உண்மையான புகாரை எடுபடாமல் போகவைப்பது என்பது இப்படித்தான். போலீஸ் ஸ்டேஷன்தான் என்றில்லை.

கடன் கொடுத்தவர் வந்தால், அவரைக் கேட்க விடாமல் வேறு ஏதாவது எதிர்க்கேள்வி போட்டு, அவரைத் திருப்பி அனுப்புவதும் இத்தகைய டைப்தான்!

'என்னப்பா! வாங்கின கடனை எப்ப தர்றே?'

'அட, நல்ல வேளை நீங்களே வந்துட்டீங்க! எனக்கு அவசரமா இன்னும் கொஞ்சம் பணம் தேவைப்படுது. கொடுத்தீங்கன்னா, பழைய பாக்கியோட சேர்த்துக் கொடுத்துடுவேன்!'

இது எப்படி இருக்கிறது?

ஒருவன் தவறு செய்துவிடுகிறான். அவனுடைய ஆசிரியர் கண்டிக்கிறார். மீண்டும் தவறு செய்கிறான். அடுத்து அவர், அவனுடைய பெற்றோரை அழைத்துவரச் சொல்வார் என்று அவனுக்குத் தெரியும்.

உடனடியாக, அன்றைக்கே தன் தந்தையிடம் அவன் பேசுகிறான்:

'அப்பா! எங்க க்ளாஸ் டீச்சர் ஒவ்வொருத்தரையா கூப்பிட்டு, டியூஷன் வச்சுக்கச் சொல்லி கட்டாயப்படுத்துறார். ஒப்புக்கலைன்னா, வகுப்பில தப்பு செய்ததா கண்டிக்கிறார். என்னையும் ஒரு மாசமா டியூஷன் வச்சுக்கச் சொல்லி கேட்கிறார். நான் ஒப்புக்கலை. மாசம் 1000 ரூபாய் ஆச்சே!'

'வெரிகுட்! பையன்னா இப்படித்தான் இருக்கணும்!'

'தேங்க்ஸ் அப்பா! ஒருவேளை டீச்சர் உங்களைக் கூப்பிட்டாங்கன்னா...'

'கவலைப்படாதே, நான் பார்த்துக்கறேன்!'

எவ்வளவு பெரிய பிரச்னை! எத்தனை அற்புதமாகத் தீர்ந்துவிட்டது பார்த்தீர்களோ?

மாணவனின் தந்தை ஆசிரியரைப் பார்க்கப் போகும்பொழுது, என்ன மனநிலையில் போவார்? ஆசிரியரால், தான் நினைத்ததை முழுமையாகத் தெரிவிக்க முடியுமா?

சரி. அந்த மாணவன் செய்தது சரியா? சந்தேகமேயில்லாமல் தவறுதான். ஆனால், இதுவும் ஒரு வழிமுறை. நல்ல விஷயங்களுக்கு நாம் இதனைப் பயன்படுத்தலாமே!

யார் மூலம் தெரிவிப்பது?

சிலர் எப்பொழுதுமே மேலிடங்களுக்கு நெருக்கமானவர்கள். அவர்களால் அடிக்கடி மேலிடங்களைச் சந்திக்க முடியும் என்பது மட்டுமல்லாமல், அவர்கள் சொன்னால் மேலிடம் கேட்கும், நம்பும், நடவடிக்கை எடுக்கும்.

'சேருமிடம் அறிந்து சேர்!' என்பதுபோல், யாரிடம் சொன்னால், தகவல் சீக்கிரம் போகும் என்று தெரிந்திருக்க வேண்டும்.

சிலருடைய நம்பகத்தன்மை கெட்டுப்போயிருக்கும். அவர்களை மேலதிகாரிகள் நம்பமாட்டார்கள். அப்படிப்பட்டவர்கள் மூலமாக, நாம் தகவல்கள் அனுப்புவதைத் தவிர்க்க வேண்டும். நம் வேண்டுகோள் ஏற்கக்கூடியதாகவே இருந்தாலும், தவறான ஆள் மூலம் போகக் கூடாது. வெற்றி கிடைக்காது. ஆள் தேர்வு முக்கியம்.

என்ன தகவல் என்பதைவிட, அதை யார் சொல்கிறார்கள் என்பது முக்கியம்!

பக்கம் பார்த்துப் பேசு!

நமக்கு வேண்டியவர்தான். நாம் சொன்னால் கேட்பார்தான். ஆனால், எல்லா சமயங்களிலும் அப்படியில்லை. பக்கத்தில், எதிரில், உடன் யார் இருக் கிறார்கள் என்பதையும் கவனித்துப் பேசவேண்டும்.

அவர்களுக்கு நம்மிடம் ஒரு முகம். அதேபோல மற்றவர்களிடமும் வேறு முகங்கள் இருக்கலாம்.

ராமு, வேலு இருவரும் நெருங்கிய நண்பர்கள். இருவருக்குள்ளும் ஈகோ பிரச்னை கிடையாது.

வழக்கம்போல், வேலு ராமுவைப் பார்க்க அவன் வீட்டுக்கு வந்தான். உடன் தன் மனைவியையும் அவன் அழைத்து வந்திருந்தான்.

வேலுவைப் பார்த்ததும் ராமு என்ன சொன்னான் தெரியுமா?

'வா வேலு! இன்னிக்கு, வீட்டை பெயிண்ட் செய்யலாம்னு இருக்கேன். நீதான் எனக்கு ஹெல்ப் பண்ணணும். இன்னிக்கு நீ எனக்கு அசிஸ்டெண்ட் மாதிரி. வேற எந்த வேலையும் வச்சிக்காதே!'

வேறொரு சந்தர்ப்பமாக இருந்தால், வேலு உடனே சம்மதித்திருப்பான். 'எங்கே பிரஷ்?' என்று கேட்டு, வேலையை ஆரம்பித்திருப்பான். ஆனால், தன் மனைவி அருகில் இருக்கும்பொழுது அவன் வேலை செய்ய அழைத்தது அவன் மனத்தை சுருக்கென்று தைத்துவிட்டது.

ராமு செய்த முக்கியத் தவறுகள் இரண்டு.

1. உடன் யார் இருக்கிறார்கள் என்று பார்க்காமல் எதையோ சொன்னது.

2. ஒருவர் எதற்காக வந்திருக்கிறார் என்பதைத் தெரிந்துகொள்ளாமல், அவரிடம் வேறொரு வேலையைக் கொடுத்து செய்யச் சொன்னது.

இரண்டுமே கம்யூனிகேஷன் பிரச்னைதான்.

நாம் சூழ்நிலையைப் புரிந்துகொள்ள வேண்டும். ஒருவரிடம் உதவி கேட்டுப் போகிறோம். அவர் ஏதோ ஒருவிதமான தர்மசங்கடத்தில் மாட்டிக்கொண்டிருக்கிறார். அப்பொழுது என்ன செய்வது?

'நீங்க பிஸியா இருக்கீங்கன்னு நினைக்கிறேன். நான் அப்புறம் வந்து பார்க்கிறேன்.'

- இப்படிச் சொல்லிவிட்டு அந்த இடத்தை காலி செய்வதுதானே சரியான முறை? அதை விட்டுவிட்டு, நாற்காலியை இழுத்துப் போட்டுக்கொண்டு, பேச ஆரம்பித்தால் என்ன ஆகும்?

சூழ்நிலைக்கு ஏற்றவாறு பேசவேண்டும். இது வெற்றியாளர்களின் பழக்கம். எல்லாவற்றையும் எல்லா இடத்திலும் பேசினால் பிரச்னைதான்.

பேசாதே, ஆமோதி!

நான்கு பேரோடு நிற்கிறோம். அவர்களில் ஒருவர் நம்முடைய மேலதிகாரி அல்லது ஆசிரியர் அல்லது பெற்றோர். அவர் பேசுகிறார். அவர் சொல்லும் தகவல் ஒன்றில் சிறிய தவறு. உடனே குதித்துக்கொண்டு அங்கேயே போட்டு உடைக்க வேண்டாம். அதிமுக்கியமான, உயிர் போகும் விஷயமாக இருந்தால் ஒழிய, அதைக் கண்டுகொள்ளாமல் விட்டுவிடலாம். நம் மேதாவித் தனத்தை அங்கே காட்ட வேண்டாம். நம்மைவிடப் பெரியவர்களின் முகங்கள் பொதுவில் காப்பாற்றப்பட வேண்டியவை.

பெரியவர்கள்தான் என்றில்லை. எல்லாருக்கும் சில பிரஸ்டீஜ் பிரச்னை இருக்கத்தான் செய்யும். ஈகோ இருக்கும். நாம்தான் அவற்றைப் புரிந்து கொள்ள வேண்டும்.

தவறுகளை எடுத்துக்காட்டலாம். ஆனால், அதையே கண்ணியமாக, அவர்கள் மீது நாம் வைத்துள்ள மரியாதைக்கு குந்தகம் ஏற்படாமல் செய்யவேண்டும்.

இப்படிச் செய்தால் நம் மதிப்பு உயரும். வெற்றி வாய்ப்பும் அதிகரிக்கும்.

தர்மசங்கடம் தவிர்!

பிறரை நாம் கேட்கும் கேள்விகள், அவரை தர்மசங்கடப்படுத்தாத கேள்வி
களாக, அவர்களின் பெருமைகளை சாதனைகளைப் பற்றிய கேள்விகளாக
இருந்தால் நல்லது. அக்கறையுடன் கேட்கவேண்டும். நம் பேச்சைக் குறைக்க
வேண்டும். குறிப்பாக, சுயதம்பட்டம் கூடவே கூடாது. இங்கிதம் காரண
மாக, மற்றவர்கள் நம்மை ஆமோதிக்கலாம். ஆனால் அவர்கள் மனத்துக்கு
உள்ளே, 'அட! என்ன இவன் எப்பப் பார்த்தாலும் தன்னைப் பத்தியே
பேசிக்கிட்டிருக்கானே!' என்று நினைப்பார்கள்.

திட்டமிட்டுப் பேசலாம்!

குழாயைத் திறந்தால் தண்ணீர் கொட்டுவதுபோல எதையாவது தொணதொண
வென்று பேசிக்கொண்டே இருப்பது சிரமங்களையே உண்டாக்கும்.

முக்கிய நபர்களைச் சந்திக்கும் முன்பு கொஞ்சம் சிந்திக்க வேண்டும். எந்த
முக்கிய நிகழ்வுக்கு (நேர்முகம், பேட்டி, விளக்கம் கொடுத்தல், தண்டித்தல்)
முன்பும் கொஞ்சம் தனியே அமர்ந்து சிந்தித்தல் நல்லது.

    யாரைப் பார்க்கப் போகிறோம்?

    அவர் என்ன சொல்வார்?

    நாம் என்ன சொல்லலாம்?

    எதைத் தவிர்க்க வேண்டும்?

    எதைச் சொல்லவே கூடாது?

- இப்படித் திட்டமிட்டுப் போகமுடியும்.

எழுத்தாளர் அசோகமித்திரனைப் பற்றி நிறைய சொல்வார்கள். அவரிடம்
நிறையபேர், தாங்கள் எழுதிய புத்தகங்களை எடுத்துப்போய், படித்துப்
பார்த்து கருத்து சொல்லக் (பாராட்டத்தான்!) கேட்பார்களாம்.

மேடையில் அவர், அந்தப் புத்தகத்தைப் பற்றிப் பேசவேண்டும். புத்தகமோ
சரியில்லை. என்ன செய்வாராம் தெரியுமா? புத்தகத்தின் அட்டை, பதிப்பு
முதலியன பற்றிப் பாராட்டுவாராம். இறுதிக் கட்டமாக, அந்தப் புத்தகத்தைப்
பற்றிப் பேசுவார். என்ன சொல்வார் தெரியுமா?

'இது ஆர்வம் காரணமாக எழுதப்பட்ட புத்தகம்!'

- அவ்வளவுதான்!

1.   தவறைச் சுட்டிக்காட்ட வேண்டியது முக்கியம். அதனால், அதைச்
     செய்தாகிவிட்டது.

2.   மற்றவர்கள் மனம் கோணாதபடி அதைச் செய்வது மிக மிக முக்கியம்.
     அதையும் செய்தாகிவிட்டது.

அசோகமித்திரன் குறை கூறினால் அது கவுரவமான விஷயம்தான். நூலாசிரி யரைக் குறைகூற அவருக்கு உரிமை உண்டு. ஆனாலும், அவர் மேடையில் எல்லார் முன்பும் அதைப் போட்டு உடைக்கவில்லை.

இன்னொரு உதாரணம்.

ஒரு பிரபல தமிழ்ப் பத்திரிகை, பொது வாழ்வில் சாதித்தவர்களுக்கு விருது கொடுப்பதற்காக விழா ஒன்றை ஏற்பாடு செய்திருந்தது. அசோகமித்திரன் அவர்களையும் அழைத்திருந்தார்கள்.

நிகழ்ச்சி முடிந்து எல்லாரும் கிளம்பினார்கள். அந்தப் பத்திரிகையின் ஆசிரியர் ஓடிப்போய், அவரிடம் கேட்கிறார்:

'நிகழ்ச்சி எப்படி சார் நடந்தது?'

'கல்யாணம் மாதிரி நடந்தது!'

- சொல்லிவிட்டுப் போயே போய்விட்டார் அசோகமித்திரன்.

உண்மையில் அந்த நிகழ்ச்சியில் ஏகப்பட்ட குளறுபடிகள், ஏகப்பட்ட தேவையற்ற சடங்குகள். இருந்தாலும், அவர் எவ்வளவு நாசுக்காக, சொல்ல வேண்டியதைச் சொல்லிவிட்டார்.

பிரச்னை தவிர்!

உணர்ச்சி மேலீட்டில் இருக்கும்பொழுது மனிதர்களின் அணுகுமுறைகள் வித்தியாசமாக இருக்கும். உணர்ச்சிகள் வடிந்த பிறகு அதே நபர்களின் அணுகுமுறைகள் முற்றிலும் வேறாக இருக்கும்.

'எவ்வளவு திமிர் இருந்தா இப்படிச் செய்வே? இனி என் மூஞ்சிலேயே முழிக்காதே!'

இப்படி ஏசிய அதே நபர், மற்றொரு சந்தர்ப்பத்தில் வேறு மாதிரி பேசலாம்.

'சரி சரி, விடு. இனி இப்படிச் செய்யாதே!'

பிரச்னையில் இருக்கும்பொழுது போய், 'இப்பவே ஒரு முடிவு சொல் லுங்கள்!' என்று நிர்ப்பந்திக்க வேண்டாம். சம்பந்தப்பட்ட நபர் உணர்ச்சி வேகத்தில் இருக்கும்பொழுது, அவரைச் சந்திப்பதையே தவிர்த்துவிடுதல் புத்திசாலித்தனம்.

அதே போல், நாம் உணர்ச்சிவசப்பட்டு இருக்கும் சூழலில் யாரிடமும் அதிகம் பேசாமல் இருப்பது புத்திசாலித்தனமானது. அது போன்ற சந்தர்ப்பங் களில் ஒரு முக்கிய விஷயத்தைப் பற்றிப் பேச உங்களை ஒருவர் அணு கினால், இருந்துகொண்டே இல்லை என்று சொல்லிவிடலாம். உடம்பு சரியில்லை என்று ஒதுங்கிவிடலாம்.

நிலைமை சகஜமானதும், மீண்டும் அவரை அழைத்துப் பேசலாம்.

அடக்கி வாசிப்பது!

ஒவ்வொருவருக்கும் ஒரு சுய அடையாளம் இருக்கும். தான் ஒரு பரோபகாரி, எல்லாருக்கும் உதவுபவர் அல்லது தனக்கு எல்லாம் தெரியும் - இப்படிப் பலவிதமாக தங்களைப் பற்றி கற்பனை செய்து வைத்திருப்பார்கள். இப்படித் தான் நம்மைப் பிறர் பார்க்கவேண்டும் என்றும் அவர்கள் விரும்புவார்கள்.

சிலருக்கு வேலை ஆகவேண்டுமென்றால் குறிப்பிட்ட நபரின் ஈகோவைத் தூண்டும் விதமாகப் பேசுவார்கள். அதுவும் நான்குபேர் இருக்கும்பொழுது!

'உங்ககிட்ட கேட்டா உதவி கிடைக்கும் என்றார்கள். நீங்க கஷ்டப்படுறவங் களை வெறுங்கையோட திருப்பி அனுப்ப மாட்டீங்களாம்!'

'உங்களால மட்டும்தான் இதைச் செய்ய முடியும்ணு சொன்னாங்க. யாரைக் கேட்டாலும் உங்க பேரைத்தான் சொல்றாங்க!'

- இப்படி ஒருவர் கேட்டால் அவரால் உதவி செய்யாமல் இருக்க முடியுமா?

'இல்லை இல்லை. நீங்கள் கேள்விப்பட்டது தவறு. நான் பரோபகாரி கிடையாது. இடத்தைக் காலி செய்யுங்கள்!' என்று சொல்லமுடியுமா?

இன்னும் சிலர் இருக்கிறார்கள். எவ்வளவு திட்டினாலும் பதில் சொல்ல மாட்டார்கள். பேசாமல் பார்ப்பார்கள். முகத்தில் கோபமோ வெறுப்போ இருக்காது. உணர்ச்சிகளைக் காட்டாத நிலை. திட்டியவரே வேறு வழி யில்லாமல், 'சரிசரி, போ!' என்று சொல்லும்வரை வாயே திறக்கமாட்டார்கள்.

நல்ல கருவி!

தற்போதைய தகவல் புரட்சிக் காலத்தில் வெற்றிபெற - தகவல் பரிமாற்றம் பற்றிய சரியான புரிதலும், அதனைத் தேவையான விதம் பயன்படுத்தும் திறனும் அவசியம்.

அடிப்படைத் தேவைகள் பெரும்பாலானவர்களுக்கு நிறைவாகிவிட்ட நிலையில், அறிவு முக்கியத்துவம் பெற்றுவிட்டது. இது வெற்றியைத் தீர் மானிக்கும் அலகாக மாறிவிட்டது. வெறும் மொழி அறிவு போதாது. அதைச் சரியாகப் பயன்படுத்தவும் தெரியவேண்டும்.

ஃபோனில் ஒரு முக்கிய விஷயம் பேசிக்கொண்டிருக்கிறீர்கள். உங்களுக்கு எதிரில் வேறொருவர் அமர்ந்திருக்கிறார். அவரை, அறையைவிட்டு வெளியே போகச் சொல்ல வேண்டும். எப்படியெல்லாம் சொல்லலாம்?

'கொஞ்சம் வெளியில் போய் இருக்கமுடியுமா?'

'ஜஸ்ட் ஐந்து நிமிஷம், ப்ளீஸ்!

'கொஞ்சம் வெளியே போறீங்களா?'

'வெளியே போறீங்களா?'

'வெளியே போங்க!'

'வெளியே போப்பா!'

'கெட் அவுட்!'

ஒவ்வொரு வாக்கியமும் ஒவ்வொருவிதமான விளைவுகளை ஏற்படுத்தும்.

அடிப்படையில், சொல்ல வேண்டியது ஒரு விஷயத்தைத்தான். ஆனால், அதை எப்படிச் சொல்லாம் என்று யோசித்துச் சொல்லும் பண்பே ஒரு வெற்றியாளரைத் தீர்மானிக்கிறது.

ஹெமிங்வே ஒரு புகழ்பெற்ற எழுத்தாளர். அவர் Farewell to Arms என்று ஒரு புத்தகம் எழுதினார். அந்தப் புத்தகத்தின் இறுதி அத்தியாயத்தின் சில வரிகளை மட்டும் 17 முறை மாற்றி மாற்றி திருத்தி எழுதினாராம்.

'ஏன் அப்படிச் செய்தீர்கள்?' என்று கேட்டார்கள்.

அதற்கு அவர் அளித்த பதில் என்ன தெரியுமா?

'சரியான வார்த்தைகளைத் தேடுகிறேன்!'

எத்தனை பெரிய எழுத்தாளர்! ஒரு விஷயத்தைச் சொல்ல, அவரே இத்தனை முறை மாற்றி மாற்றி சிந்தித்துப் பார்க்க வேண்டியிருக்கிறது என்றால், நாம்?

ஓர் உதாரணம் பார்க்கலாம்.

'அவன் ஏன் அந்தப் புத்தகத்தை வாங்கினான் தெரியுமா?'

இப்படிக் கேட்டால், அதற்கான பதிலை எத்தனை விதங்களாகச் சொல்லலாம்?

'அவனுக்கு அந்தப் புத்தகம் தேவை!'

'அவனுக்கு அந்தப் புத்தகம் அவசியம்!'

'அவனுக்கு அந்தப் புத்தகம் முக்கியம்!'

'அவனுக்கு அந்தப் புத்தகம் அவசரம்!'

'அவனுக்கு அந்தப் புத்தகம் உதவும்!'

'அவனுக்கு அந்தப் புத்தகம் பெருமை சேர்க்கும்!'

'அவனுக்கு அந்தப் புத்தகம் பலனளிக்கும்!'

'அவனுக்கு அந்தப் புத்தகம் மகிழ்ச்சியளிக்கும்!'

- இங்கே பயன்படுத்தப்பட்டிருக்கும் ஒவ்வொரு வார்த்தைக்கும் வெவ்வேறு பொருள் உண்டல்லவா?

சல்மான் ருஷ்டி, தனது நாவல்களின் முக்கியமான அத்தியாயங்களை நான்கு விதமாக எழுதிப் பார்ப்பாராம். எது சரியாக இருப்பதாக அவருக்குப் படுகிறதோ, அதை மட்டும் பயன்படுத்துவாராம்.

ஏன் இத்தனை மெனக்கெட வேண்டும்? அந்தப் புத்தகம் வெளிவருகிறவரை அது அவருடைய படைப்பு. பிரசுரிக்கப்பட்ட பிறகு, அதுதான் 'அவர்'.

அதனால்தான் இத்தனை அக்கறை எடுத்துக்கொள்கிறார். நாமும் அத்தகைய அக்கறையைத்தான் எடுத்துக்கொள்ள வேண்டும்.

ஒரே விஷயத்தைப் பேசும் முன்பு, யோசித்துப் பார்த்தால் அதே விஷயத்தை வேறு விதமாக நம்மால் சொல்லமுடியும் என்பது புரியும்.

ஒரு டைரக்டர், ஒரு காட்சியை எப்படிப் படம் எடுக்கிறார் என்பதை அருகில் இருந்து பார்த்தால் இந்த விஷயம் பிடிபடும்.

1. ஒரே காட்சியை மாற்றி மாற்றி எடுப்பார்கள். வெவ்வேறு கோணங் களில் படம் பிடிப்பார்கள்.

2. தேவையில்லாத காட்சிகளை வெட்டி எடுத்து விடுவார்கள்.

3. எதை அழகுபடுத்த வேண்டும் என்று பார்த்துப் பார்த்துச் செய்வார்கள்.

4. எந்த இடத்தில் அழுத்தம் தேவை என்று பார்ப்பார்கள்.

- இப்படியெல்லாம் மெனக்கெட்டால்தான், நம்மால் அந்தக் குறிப்பிட்ட காட்சியைப் பார்த்து ரசிக்க முடிகிறது. மேலே உள்ள நான்கு அம்சங்களில் எதுவொன்று குறைந்தாலும், காட்சியின் வீரியம் குறைந்துவிடும்.

வாய்ப்புகள் கொட்டிக்கிடக்கும் காலம் இது. எல்லாரும் ஓடிக் கொண்டிருக் கிறார்கள். நேரம் என்பது பணம், பணமேதான்! எல்லாருக்கும் செய்யக் கூடியது, செய்ய வேண்டியது ஏகப்பட்டது இருக்கிறது. அதனால் எவருக்குமே நேரம் என்பது உபரியாக இல்லை. அதனால், எதையும் சுருக்க மாகச் சொல்ல வேண்டியிருக்கிறது.

நாவல்கள், குறுநாவல்கள், சிறுகதைகள், ஒரு பக்கக் கதைகளைத் தாண்டி, இப் பொழுது ஒரு நிமிஷக் கதைகள் படிக்கிறார்கள். அவ்வளவு நேரம்தான் பலருக்கும் இருக்கிறது!

எல்லாம் வேண்டும். ஆனால், எதுவும் அதிக நேரம் எடுத்துக்கொள்ளக் கூடாது.

பெர்னாட்ஷாவை, ஒரு கூட்டத்தில் பேச அழைத்தார்கள்.

'நாளைக்கே வரவேண்டும், முடியுமா?' என்று கேட்டிருக்கிறார்கள்.

'நாளைக்கேவா? சரி. எவ்வளவு நேரம் பேசவேண்டும்?'

'அரைமணி நேரம்தான்!'

'இல்லை. முடியாது!'

'ஏன்? அரைமணி நேரம்தானே?'

'அதுதான் காரணம். ஒரு நாள் முழுவதும் பேசச் சொன்னால், நாளைக்கே பேசத் தயார். ஆனால், அரைமணி நேரத்தில் நான் நினைப்பதைச் சொல்ல வேண்டும் என்றால், நான் அதற்காக நிறைய மெனக்கெடவேண்டும். அரை மணியில் சொல்ல நினைப்பதை, சுருக்கமாகச் சொல்வதற்கு நிறையத் தயாரிப்புகள் செய்ய வேண்டும். அதற்கு நேர அவகாசம் வேண்டும்!'

சுருக்கமாக, ஒரு விஷயத்தைப் பதிவு செய்வதன் அவசியத்தை பெர்னாட் ஷா அழகாகச் சொல்லிவிட்டார்.

ஒரு விஷயத்தை சுருங்கச் சொல்ல, இந்த மூன்று அம்சங்களும் முக்கியம்.

1. சொல்ல வேண்டியவற்றைச் சொல்ல வேண்டும்.

2. தேவையில்லாததைச் சொல்லக் கூடாது.

3. குறுகிய நேரத்தில் முடிக்கவேண்டும்.

திருக்குறள் ஒன்றே முக்கால் அடிதான். ஆனால் அத்தனையும் வைரம். இரண்டாயிரம் வருஷங்கள் கழித்தும் குறள் ஒவ்வொன்றும் எத்தனை அற்புத மாகப் புரிகிறது?

ஒளவையாரின் ஆத்திச்சூடி மட்டும் என்னவாம்?

'அறம் செய்ய விரும்பு!'

எவ்வளவு பொருள் பொதிந்த வார்த்தைகள். மூன்றே வார்த்தைகளில் முத்தான கருத்து!

சுருக்கமாக, அதே சமயம் அழகாக, புரியும்படி சொல்லமுடியும், தெரிவிக்க முடியும் என்பதற்கு இதைவிடச் சிறந்த உதாரணம் கிடைத்துவிடுமா? நாமும் இதுபோல் கருத்து தெரிவிக்க முயல வேண்டும். முயன்றால் வெற்றிதான். சுருக்கமாக, அழகாகப் பேசத் தெரிந்தால் அது நம் பலம்.

எங்கெல்லாம் இந்தத் திறன் தேவைப்படுகிறது?

1. தேர்வு எழுத
2. இண்டர்வியூவில் கலந்துகொள்ள
3. உயர் அதிகாரிகளுடன் விவாதிக்க
4. பொதுக்கூட்டத்தில் உரையாற்ற
5. ஒரு பொருளை விற்பனை செய்ய

வெற்றிக்கான லிஸ்ட்

தகவல் பரிமாற்றத்தில் முழு வெற்றியும் பெற வேண்டுமானால், இந்த லிஸ்டை உங்கள் அருகில் வைத்துக்கொள்ளுங்கள்.

★ கேட்பவருக்குத் தேவையான தகவல்களை மட்டும் சொல்வது.

★ கேட்பவருக்கு, தேவையான எல்லாவற்றையும் சொல்வது.

★ சரியான வார்த்தைகளைப் பயன்படுத்துவது.

★ கேட்பவருக்குப் புரியும்விதம் உதாரணங்கள் சொல்வது.

★ சரியான தொனியில் பேசுவது.

★ தெரிவிப்பதற்கு ஏற்ற உடல் மொழியைப் பயன்படுத்துவது.

★ உதவிகரமான உபகரணங்களைப் பயன்படுத்துவது.

★ சரியான நேரச் சூழ்நிலைகளைத் தேர்வு செய்து பேசுவது.

★ நிறைகளைப் பற்றி நிறையவும், குறைகளைப் பற்றிக் குறைவாகவும் பேசுவது.

★ சுற்றம் பார்த்துப் பேசுவது.

★ பேசுபவர்களை முழுவதும் கேட்பது.

★ நிறையக் கவனிப்பது.

★ வெறும் காதால் இல்லாமல், பேசுபவரின் உணர்வு நிலையைப் புரிந்துகொண்டு மனத்தால் கேட்பது.

★ தேவையில்லாத சமயங்களில் பேசாமல் மௌனம் காப்பது.

★ கருத்துப் பரிமாற்றத் தடைகள் பற்றி உணர்வுபெறுவது.

★ வரும் தகவல்கள் சரியானதுதானா என்று நிதானமாகக் கணித்து, முடிவுகள் எடுப்பது.

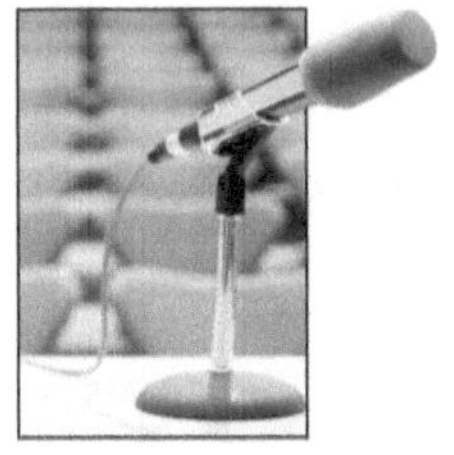

6. மேடை ஏறலாம், வாங்க!

பள்ளிக்கூடம், கல்லூரி, வேலை செய்யுமிடம், சமுதாய நிகழ்ச்சிகள் என்று எல்லா இடங்களிலும் மேடையேறி பேசவேண்டி வருகிறது. இன்றில்லாவிட்டாலும் என்றாவது இது அவசியமாகிவிடும்.

மேடைப் பேச்சு என்பது மூன்று நிமிஷம் முதல் அதிகபட்சம் இரண்டு, மூன்று மணி நேரம் வரை இருக்கலாம். அதற்குமேல் நீண்டால் அது சொற்பொழிவு.

பேசுவதுதான் இங்கே முக்கியம். நாம் இங்கே பார்க்கப் போவது அதைப்பற்றித்தான். மேடை, மாவிலைத் தோரணம், மைக், சோடா இதெல்லாம் உபரிகள்.

எந்த வெற்றியும் சரியான தயாரிப்பு இல்லாமல் வராதல்லவா? மேடைப் பேச்சு மட்டும் விதிவிலக்கா என்ன?

திடீரென்று மேடையேறி சிலரால் 'எக்ஸ்டெம்போர்' ஆக சிறப்பாகப் பேசிவிட முடியும். அது எல்லாராலும் எல்லா சமயத்திலும் முடியாது. அது விதிவிலக்கு. அதை விட்டுவிடுவோம். பொதுவாக, சிறப்பான பேச்சுக்கு என்னென்ன அடிப்படைகள் தேவை? இதோஒரு பட்டியல்:

1. தயாரிப்பு

பேசுவதற்கு தயாரிக்க வேண்டும். எதைப்பற்றி பேச வேண்டுமோ அதைப் பற்றிய தகவல்களை சேகரித்து வைத்துக்கொள்வது தயாரிப்பின் முதல் படி.

சிலர் புத்தக விமர்சனக் கூட்டத்துக்கு வருவார்கள். கூட்ட மேடையில் அமர்ந்த பிறகுதான், அந்தப் புத்தகத்தைப் புரட்டுவார்கள். அங்கேயே, கிடைத்த குறிப்புகளை எடுப்பார்கள். தாக்குப்பிடிக்க முடிந்த அளவுக்கு ஏதோ பேசிவிட்டு, ஒரு 'வணக்கம்' போட்டுவிட்டு நகர்ந்துவிடுவார்கள்.

எப்படி தகவல் திரட்டுவது?

* ★ புத்தகங்கள் மூலமாக;

* ★ இணையத்தளம் மூலமாக;

* ★ விஷயம் தெரிந்தவர்களுடன் பேசுவதன் மூலமாக.

தகவல் திரட்டிய பிறகு:

* ★ ஒத்திகை பார்க்கலாம்;

* ★ அறைக்கதவைப் பூட்டிவிட்டு தனியாகப் பேசி பழகலாம்;

* ★ கேலி செய்யாத நண்பர்களிடம் பேசிக்காட்டி, கருத்து கேட்கலாம்.

2. சபை அறிதல்

எல்லா இடங்களும் ஒன்றல்ல. மேடைக்கு ஏற்றவாறு, திரண்டு இருக்கும் மக்களுக்கு ஏற்றவாறு, பேசப் பழகிக்கொள்ள வேண்டும்.

சபை அறிவது எப்படி?

நம் பேச்சைக் கேட்கப் போகிறவர்கள் யார்?

யாருக்காகப் பேசுகிறோம்?

அவர்களின் படிப்பறிவு, மனநிலை, புரிந்துகொள்ளும் திறன் என்ன?

- இவற்றை எல்லாம் கணக்கில் கொண்டுதான் பேச வேண்டும்.

* ★ விழாவின் நேரம், நோக்கம் இரண்டும் தெரிந்திருக்க வேண்டும்.

* ★ நமக்கு முன் யார் யார் பேசுவார்கள்? நாம் எப்பொழுது பேசப் போகிறோம் என்பதைக் கேட்டுத் தெரிந்துகொள்ள வேண்டும்.

* ★ நல்ல உதாரணங்களை மேற்கோள் காட்ட வேண்டும்.

3. ஒழுங்கு செய்து கொள்வது!

ஒரு சிறுகதை என்றால் ஓர் ஆரம்பம், ஒரு முடிவு இருக்க வேண்டும் என்பார்களே! அப்படித்தான் மேடைப் பேச்சும்.

நாம் சொல்ல நினைப்பது மொத்தத்தையும் மறக்காமல் சொல்வது எப்படி?

ஒரு கதைபோல தயாரித்துக்கொண்டு விட்டால், எப்படி மறக்கும்? மறக்காது! கதையாக முடியாவிட்டாலும் பரவாயில்லை. ஏதாவது ஒரு வரிசை, ஒரு Sequence அவசியம். அதுவும் ஆரம்பகால பேச்சாளர் என்றால் இது மிகவும் அவசியம்.

பழமத்தூர் என்ற ஒரு கிராமத்தில், ஆரம்பப் பள்ளி ஒன்று உண்டு. அதன் தலைமையாசிரியர் என்னை, குழந்தைகள் தின விழாவுக்கு அழைத்தார். போனேன். எல்லாம் சிறப்பாக இருந்தன. எல்லாவற்றையும் பாராட்ட ஆசை. எதையும் எவரையும் விட்டுவிடக் கூடாது என்று ஒரு சுலபமான வரிசையைத் தயாரித்துக் கொண்டேன்.

பள்ளிக்கு வந்து சேர்ந்துவிட்டேன். வாசலில் தோரணங்கள், வண்ணப்பொடி கோலங்கள் என்று குழந்தைகள் கலக்கியிருந்தார்கள். அடுத்து, பந்தல். எதிரே, திரளான ஊர் மக்கள் மற்றும் பெற்றோர்கள். அருகில் அமர்ந்திருப்பவர், பள்ளித் தலைமை ஆசிரியர். பிறகு, ஆசிரியர் மற்றும் பெற்றோர் கழகத் தலை வர்கள். அருகே பக்க வாத்தியக்காரர்கள்.

இவர்கள் அத்தனை பேரையும், அதே வரிசையில் மனத்தில் குறித்து வைத்துக் கொண்டேன். பின்பு, அதே வரிசையில் எல்லாருடைய சிறப்புகளையும் எடுத்துச்சொல்லி பாராட்டினேன்.

அவ்வளவுதான்! எல்லாருக்கும் சந்தோஷம். 'எப்படி சார் எல்லாரையும் ஞாபகம் வச்சிருக்கீங?' என்று அசந்துபோய் கேட்டார்கள்.

ஏதாவது ஓர் ஒழுங்குபடுத்திக்கொள்ள வேண்டும். புத்தகம் பற்றிப் பேசுகிறோமா? முதலில் பதிப்பாளர், அட்டை வடிவமைப்பு, பிழைகள் ஏதும் உண்டா? உள்ளடக்கம், நிறைகள், குறைகள், ஆலோசனைகள் - இப்படி ஏதாவது ஒரு மறக்க முடியாத வரிசையை மேற்கொள்ளுதல் உதவும்.

4. பேச்சு எப்படி இருக்கலாம்?

எப்படி வேண்டுமானாலும் இருக்கலாம். ஆனால், சுவாரஸ்யம் குறையாமல், கேட்பவர் மனம் புண்படாமல் இருக்கவேண்டும். கூடவே, நாம் எடுத்துக் கொள்ளும் நோக்கமும் நிறைவேற வேண்டும்.

'புறப்படு தோழா! இந்த அநியாயத்தை வேரோடு அறுப்போம்!' என்று பேசினால், கேட்பவருக்கு அந்த உணர்ச்சி, போய்ச் சேர வேண்டும். சிறப் பான மேடைப் பேச்சாளர்களது உரைகளை, உன்னிப்பாகக் கவனித்துப் பார்த் தால் உண்மை புரியும்.

●

தொலைக்காட்சிகளில் சில விளம்பரங்களைப் பார்த்தால் பிரமிப்புதான் வருகிறது. எவ்வளவு குறுகிய நேரத்தில், எவ்வளவு அழுத்தமாக, தாங்கள் சொல்ல நினைப்பதைச் சொல்லிவிடுகிறார்கள்.

ஒரு குலோப் ஜாமுன் கம்பெனி விளம்பரம். கொழுக்மொழுக் என்று இருக்கும் ஒரு ஐந்து வயது சிறுவன், சாப்பாட்டு மேஜையில் உட்கார்ந்து, குலோப் ஜாமுன்களை உள்ளே தள்ளிக்கொண்டிருக்கிறான். அருகில், அவன் அம்மா பெருமையுடன் நிற்கிறார். அலுவலகத்தில் இருந்து அப்பா வருகிறார்; பார்க்கிறார். அம்மா முந்திக்கொண்டு சொல்கிறார்: 'பய, ஓட்டப்பந்தயத்துல இரண்டாவது இடமாம்!' அப்பாவுக்கும் சந்தோஷம். பையன் பேசவில்லை.

இன்னொரு குலோப் ஜாமுனை வாயில் போட்டு அமுக்குகிறான். அப்பா கேட்கிறார்: 'மொத்தம் எத்தனை பேர் ஓடினாங்க?' பையன் நாற்காலியை விட்டு சிரமப்பட்டு இறங்கி, வேகமாக அப்பால் ஓடியபடி சொல்கிறான்: 'இரண்டு பேர்!'

எப்படியிருக்கிறது கதை? சிறுவனின் சாமர்த்தியத்தை நினைத்து 'அட!' போட வைக்கிறது அல்லவா? கதை சொல்லிய விதம் அப்படி.

சூழ்நிலை, கேட்பவர்களின் மனநிலை, இருக்கும் நேரம் - இவற்றைப் பொறுத்து பேச்சின் கட்டுமானம் அமையவேண்டும். பேச்சு வெற்றிபெற, பேசுபவருக்குப் பயம் இருக்கக் கூடாது. அவர் தன்னைப் பற்றி, தன் வெற்றி பற்றி நினைக்காமல், தான் பேச வேண்டிய தகவல் பற்றி நினைத்தால் பயம் போய்விடும்.

செய்யக்கூடாதவை:

மேடைப் பேச்சுகள் வெற்றியடைய சிலவற்றைச் செய்ய வேண்டும்; சிலவற்றைச் செய்யக் கூடாது. அவற்றின் பட்டியலைப் பார்ப்போம். முதலில் செய்யக்கூடாதவை:

1. மனப்பாடம் செய்து ஒப்பிக்க வேண்டாம்!

   இயன்ற அளவு தவிர்த்து விடுங்கள். கேட்பவர்களுக்கு சுவாரஸ்யம் போய் விடும். இடையில் மறந்துவிட்டால் முழிக்கவேண்டி வரும்.

   சரி, ஒருவேளை மறந்துவிட்டால் என்ன செய்வது? மறந்துவிட்டதை நினைவுபடுத்திக்கொள்ள ஒரு சிறிய இடைவெளி தேவைப்படும் அல்லவா? அதைச் சமாளிக்க, கடைசி வரிசையில் இருப்பவரைப் பார்த்து, 'நான் பேசுவது நன்றாகக் கேட்கிறதா?' என்று கேட்கலாம்.

2. எழுதி எடுத்து வந்து படிக்க வேண்டாம்!

   வருபவர்கள், நம் பேச்சைக் கேட்க வருகிறார்கள். படித்துக்காட்ட ஒருவர் தேவையா? எழுதி எடுத்து வந்து படிப்பது, பார்வையாளர்களுக்குச் சலிப்பை ஏற்படுத்தும். செய்தி அறிக்கை படிப்பது போல் இருக்கும்.

3. குறிப்புகளை அடிக்கடி பார்க்க வேண்டாம்!

   நினைவுபடுத்திக்கொள்ள எப்போதாவது குறிப்புகளைப் பார்க்கலாம். தவறில்லை. நொடிக்கொருதரம் குறிப்புகளைப் பார்த்துக்கொண்டிருந் தால், பார்வையாளர்களுக்கு உங்கள் மீதுள்ள நம்பிக்கை குறைந்துவிடும். நீங்கள் சொல்லும் கருத்துக்கள் அழுத்தமாகப் போய்ச் சேராது.

4. தேட வேண்டாம்!

   மேடை ஏறிய பிறகு, குறிப்புகளைத் தேடவேண்டாம். அதேபோலக் கண்ணாடியைத் தேடுவது, வேறு எதையாவது தேடுவது, விவரங்கள் கேட்பது முதலியவை - பார்வையாளர்கள் மத்தியில் ஓர் அவநம்பிக் கையை ஏற்படுத்தும். தயாரிப்புகள் முழுமையாக இருக்க வேண்டும்.

5. என்ன பேசுவது என்று கேட்கக் கூடாது!

'எனக்கு முன்னால் பேசியவர்கள் அனைவரும் நான் பேச நினைத்ததை எல்லாம் பேசிவிட்டார்கள். இனி நான் எதைப் பேசுவது?' என்று கேட்க வேண்டாம். அது பார்வையாளர்களின் கவலை அல்ல. என்ன பேச வேண்டும் என்பதை நீங்கள்தான் முடிவு செய்யவேண்டும்.

'என்னை அழைத்தார்கள், வந்துவிட்டேன். எனக்கு இவரைப் பற்றி அதிகம் தெரியாது. தவறுதான், மன்னிக்கவும்!'

- மேடையேறிய பிறகு, இப்படியெல்லாம் மன்னிப்பு கேட்கக் கூடாது.

'நான் ஏக பிஸி! என்னால் கடைசிவரை இந்தப் புத்தகத்தைப் படிக்கவே முடியவில்லை. அதனால் என்ன? இவர் நன்றாகத்தான் எழுதியிருப்பார்!'

- இப்படி பட்டும் படாமலும் பேசுவதும் தவறுதான்!

6. அவசரம் வேண்டாம்!

பேச அழைத்ததும், ஓடிவந்து மைக் முன் நின்று 'பெரியோர்களே! தாய் மார்களே!' என்று ஆரம்பித்துவிட வேண்டாம். முன்பு பேசியவர், இருக் கையில் அப்பொழுதுதான் போய் அமர்வார் அல்லது கூட்டத்தில் சல சலப்பு இருக்கும். நின்று நிதானித்து, பேச ஆரம்பிக்கலாம். தயாரித்து எடுத்துச் சென்றதை கொட்டி விட்டு வருவதற்காக நாம் அங்கே போக வில்லை. நிதானமாகப் புகட்டுவதற்காகப் போகிறோம்.

7. சேட்டைகள் தவிர்!

காதைக் குடைவது, மூக்கைத் தடவுவது, சட்டைக் காலரை கை விரல் களால் ஒருசேரக் குவிப்பது - இப்படி எந்தவித கவனத்திருப்பு சேட்டை களையும் தன்னிலை மறந்தும் செய்யவேண்டாம். மேடைக்கு எதிரில் இருக்கும் அனைவரது கவனமும் நம்மீது இருக்கும் என்பதை மறந்துவிட வேண்டாம்.

8. வலியத் திணிக்காதே!

சுவாரஸ்யமாக இருக்கவேண்டும் என்பதற்காக சம்மந்தா சம்மந்தம் இல்லாத நகைச்சுவைத் துணுக்குகள், கதைகளைச் சொல்ல வேண்டாம். கொஞ்சம் ரசிப்பார்கள்தான். அத்தோடு சரி. தாக்கம் இருக்காது.

9. புரியாத வார்த்தைகளைத் தவிர்க்க வேண்டும்!

சிலருக்கு மட்டுமே புரியும் சங்கேத வார்த்தைகள், டெக்னிக்கல் வார்த்தை களைப் பேச வேண்டாம். ஒருவேளை பயன்படுத்தித்தான் ஆக வேண்டும் என்றால், அதற்கான விளக்கத்தையும் உடனேயே கொடுத்துவிட வேண்டும். அப்படிச் செய்யாவிட்டால், உங்கள் பேச்சு முழுமையாகப் போய்ச் சேராது.

செய்ய வேண்டியவை:

மேடையில் பேசுபவர் என்ன கருத்தைச் சொல்லுகிறாரோ, அந்தக் கருத்து முழுவதும் கேட்பவர்களைச் சென்றடைய வேண்டும். இதுதான் மேடைப் பேச்சாளருக்குக் கிடைக்கும் வெற்றி. பேச்சாளர், தான் உருவாக்க நினைக்கும் உணர்வுகளை, பேச்சைக் கேட்பவரிடம் உருவாக்க வேண்டும்.

அதற்கு என்னென்ன செய்யவேண்டும்? பார்ப்போம்.

பார்வையாளர் யார்?

யார் நமது ஆடியன்ஸ்?

இதை நாம், முதலில் தெரிந்துகொள்ள வேண்டும்.

சபை அறிந்து பேசு என்கிறார்கள் நமது சான்றோர். சிலர் பேசினால் அது தலைக்கு மேலேதான் போகும் (ஏதும் புரியாது). சிலர் பேசினால், தலைக்கே வராது (மிகவும் சாதாரணமாக இருக்கும்)! சிலர்தான் சரியாக, தலைக்குள் போவதுபோலப் பேசுவார்கள்.

எழுத்தாளர் சுஜாதா இதில் கெட்டிக்காரர். பேச ஆரம்பித்த சில நிமிஷங் களிலேயே பார்வையாளர்களுடன் நேரடித் தொடர்பை ஏற்படுத்திக் கொண்டு விடுவார். அவர்கள் லெவலுக்குத் தாவிவிடுவார்.

ஸ்ரீரங்கம் கல்லூரி ஒன்றுக்குப் போயிருக்கிறார். கூட்டம் மொத்தமும் மாண வர்கள். 'ஸ்ரீரங்கத்தில் உள்ள ஒரு திரையரங்கின் பெயரைச் சொல்லி, அங்கே போயிருக்கிறீர்களா?' என்று கேட்கிறார். 'ஓ!' என்று கூட்டம் ஆமோதிக் கிறது. 'இப்பவாவது அங்க ஃபேன் ஒழுங்கா ஓடுதா?' என்பதுபோல அடுத்த கேள்வி. 'இல்லை' என்று கூட்டம் கத்துகிறது. அதற்குள் 'இவர் நம்ம ஆளா?' என்று கூட்டம் முடிவுக்கு வந்து, காது, மனம் எல்லாம் கொடுத்து கேட்க ஆரம் பிக்கிறது.

ஆடியன்ஸ் - ஆராய்ச்சித்துறை மாணவர்களாக இருக்கும் பட்சத்தில், அதற்கு வேறு ஆரம்பத்தை சுஜாதா வைத்திருப்பார்.

சரியான உடை

கூட்டத்துக்கு வந்தவர்கள் முதலில் செய்வது பேச்சாளரைப் பார்ப்பதுதானே! 'இவரா?' என்று யோசிக்கும்படி உடை உடுத்திப் போகக் கூடாது. 'பிசினெஸ் ஸ்கூல்' பேச்சு என்றால், அதற்கு ஓர் உடை. மார்கழி மாதத்துக் கோயில் பிர சங்கம் என்றால், அதற்கு வேறு உடை.

சுத்தமாக இருப்பதும், நாசுக்காக இருப்பதும், பேசும் இடத்துக்கு ஏற்ப உடை அணிந்து செல்லுவதும் சரியான மரியாதையையும் அதன் மூலம் கவனத் தையும் பெற்றுத் தரும். அலட்சியம் வேண்டாம்.

முன்னதாகவே போகவும்

அதிகம் பேசிப் பழக்கமில்லை என்றால், நிச்சயம் முன்னதாகவே கூட்டங் களுக்குப் போய்விட வேண்டும். கடைசிநேர மாறுதல்களைத் தெரிந்து கொள்ளலாம். தவிர, அந்தச் சூழலுடன் இருக்க இருக்க, நமது பதற்றமும் தணியும்.

தைரியம் தேவை

பேச அழைத்ததும், எழுந்து போகும்பொழுதே தடுமாற்றம் இல்லாமல், நிமிர்ந்து கம்பீரமாக நடந்துபோக வேண்டும். முகத்தில் பயம், நடுக்கம் எல்லாம் தெரிந்தால் கேட்பவர் என்னாவார்?

பேசும்முன்

போய் நின்றதும், கண்களை நன்கு அகல விரித்து, மொத்தப் பார்வையாளர் களையும் மகிழ்ச்சியுடன் பார்க்கலாம். 'உங்களிடையே பேசுவதில் எனக்கு மிக்க மகிழ்ச்சி!' என்னும் செய்தியை இது தெரிவிக்கும்.

அதன்பிறகு, மூச்சை நன்றாக இழுத்து விடலாம். இது நிறைய பிராண வாயுவைக் கொடுப்பதுடன் பேச்சாளர் நிதானிக்கவும் உதவி செய்யும். வந்த வுடன் பேசாமல், இப்படி மூச்சிழுத்து, புன்னகையுடன் பார்த்து நிமிர்ந்து நின்றாலே, பாதி ஜெயித்தாயிற்று.

தெளிவான தொடக்கம்

நல்ல தொடக்கம் எனில், பாதி வெற்றி கிடைத்துவிட்டது போலத்தான். முதல் வார்த்தையில் இருந்தே தெளிவாக உச்சரிக்க வேண்டும்.

தொடங்கும்போதே படபடவென்று வெடிக்கவேண்டியதன் அவசியம் என்ன? பொறுமையாக, எல்லாருக்கும் புரியும்படி பேசலாமே! தவிரவும், நீங்கள் எப்படித் தொடங்குகிறீர்கள் என்பதை வைத்துத்தான் கூட்டம் உங் களது உரையைக் கேட்கலாமா வேண்டாமா என்பதை முடிவு செய்யும்.

தொடக்கப் பேச்சு

முதலிலேயே என்ன பேசப்போகிறோம் என்று கோடிட்டுக் காட்டலாம். சஸ்பென்ஸ் தேவையென்றால் மட்டும் விட்டுவிடலாம். ஆரம்பத்தில் சுவா ரஸ்யமாக இருக்கவேண்டியது மிகவும் அவசியம். முதல் சில விநாடிகளில் ஈர்க்கப்படாவிட்டால், அதன்பிறகு பார்வையாளர்களின் முழுக் கவனத்தைப் பெறுவதற்கும் சிரமப்பட வேண்டியிருக்கும்.

அமெரிக்காவின் முன்னாள் அதிபர் ரொனால்ட் ரீகன் இதில் கெட்டிக்காரர். ஒருமுறை அமெரிக்க மருத்துவக் கழகத்தில் பேசப் போயிருக்கிறார். தனது உரையை இப்படித் தொடங்குகிறார் அவர்.

'என்ன சொல்வது என்று தெரியவில்லை. எனக்கு முதுகை வலிக்கிறது. இதை விட முதுகு வலி பெற சரியான சந்தர்ப்பமும் இருக்க முடியுமோ?'

இறங்கி விடுவது

'மேடையெல்லாம் வேண்டாம். கூட்டம் குறைவுதானே. நான் கீழேயே நின்றுகொண்டு பேசுகிறேனே!' என்று இறங்கி, பார்வையாளர்களுக்கு மிக அருகில் ஒரு சிலர் நின்றுவிடுவார்கள். இதுவும் ஒரு வெற்றி யுக்திதான்!

உரையாடல் போல பேசுவது

நீண்ட நெடிய வசனங்களாக, வாக்கியங்களாகப் பேசுகிற, ரசிக்கிற காலம் போய்விட்டது. பேசும்பொழுது உரையாடல் போலவே பேசலாம். சுலப மாக எடுபடும். ரஜினிகாந்த் பேச்சைக் கவனித்தால் தெரியும். அவர் பேசும் ஒவ்வொரு வார்த்தையும் காதில் விழும், கவனம் பெறும், புரியும், மனத் திலும் ஏறும். காரணம் - அந்த உரையாடல் உத்திதான்.

ஏற்ற இறக்கம்

ஒரே மாதிரியாக, தட்டையாகப் பேசுவது பார்வையாளர்களை எரிச்சலடையச் செய்யும். இதைத் தவிர்க்க வேண்டும் அல்லவா? கேலி, கோபம், ஆச்சரியம் போன்ற உணர்ச்சிகளை, நம் பேச்சின் மூலம் ஆங்காங்கே வெளிப்படுத் தினால்தானே பேச்சில் சுவாரஸ்யம் கூடும்?

வார்த்தைகளை உச்சரிக்கும்போதே, ஏற்ற இறக்கத்தோடு பேச, பழகிக் கொள்ள வேண்டியது அவசியம்.

அர்த்தமுள்ள இடைவெளிகள்

ஒரு தகவலைச் சொல்லிவிட்டு, பேசுவதை ஒரு நிமிடம் நிறுத்திவிட்டால், அந்தத் தகவலின் முழுப் பரிமாணத்தையும் பார்வையாளர்களால் புரிந்து கொள்ள முடியும்.

கூடுதல் விருப்பத்துடன் கேட்கவைக்க இந்த டெக்னிக் பயன்படும். திரைப் படங்களில் பார்த்திருப்பீர்கள். திடீரென்று வசனம் நின்று, அமைதியாகி விடும். பிறகு பின்னணி இசை தொடங்கும். இதுபோன்ற இடைவெளிகள் அர்த்தமுள்ளவை.

சுவாரஸ்யம் கூட்டவேண்டும்

பேச்சில் வெறும் தகவல்கள், புள்ளி விவரங்கள் இருந்தால் போதாது. அது டாக்குமென்ட்ரி படம் மாதிரி ஆகிவிடும். பேச்சில் குட்டிக்கதைகள், உண்மைச் சம்பவங்கள், கற்பனைகள், மேற்கோள்கள் எல்லாம் பரவியிருக்க வேண்டும்.

முடிக்கும் நேரம்

கொடுத்த நேரத்தில் முடிக்க வேண்டியது அவசியம். அதுதான் ஒழுங்கும்கூட! தவிர, 'இவர் நன்றாகப் பேசுகிறாரே!' என்று நினைக்கும்பொழுதே பேச்சை முடித்துக்கொண்டுவிடுவது அழகு. நன்றாக விளையாடும்பொழுதே ஓய்வு பெற்றுவிடும் புத்திசாலி விளையாட்டு வீரர்களைப் போல!

முடிக்கும் விதம்

'நான் சொல்ல வந்ததெல்லாம் சொல்லியாயிற்று. சரி, வருகிறேன் வணக்கம்!' என்று முடிப்பது குழந்தைத்தனம்.

★ பேசியவற்றை, சுருக்கமாகப் பட்டியலிட்டு முடிக்கலாம்.

★ யாருக்காவது அழுத்தமாக, நன்றியோ பாராட்டோ, அறிவுரையோ எச்சரிக்கையோ சொல்லி முடிக்கலாம்.

★ இதைச் செய்து முடிப்போம் என்று பார்வையாளர்களுக்கான வேண்டு கோளுடன் முடிக்கலாம்.

★ நல்ல மேற்கோள்கள் சொல்லியும் முடிக்கலாம்.

இறங்குதல்

பேசி முடித்ததும், மேடையைவிட்டு நகரும்பொழுது நிதானம் தேவை. விட்டால் போதும் என்பதுபோல ஓடிவர வேண்டாம். நிதானமாக, கம்பீர மாக, நிறைவாக நடந்து போக வேண்டும். அப்பொழுதுதான் ஒரு முழுமை கிடைக்கும்.

சற்று நிதானமாக யோசித்தால் இதெல்லாம் மேடைக்கு மட்டுமல்ல; முழு வாழ்க்கைக்குமே பொருந்துவதைக் கவனிக்கலாம்!

வாழ்வே, தொடர்பு கொள்ளுதல்தானே! இந்த ஒரு விஷயத்தில் அலட்சியம் காட்டாமல் கவனமாக இருக்கப் பழகிவிட்டால் -

சந்தேகமே வேண்டாம்!

உலகம் நம் வசம்!